நிலையான மக்களாட்சி, கடைசி குடிமகனுக்கும்
சுதந்திரம் அளித்திட்ட ஈடில்லா
அரசியல் சாசனத்தின் தந்தையே உம்மை
வணங்கும் கடமையை நினைவில்
நிறுத்தி, என் சிரம் தாழ்த்திட
வெளி கொணரும் எனது 36வது படைப்பு

P.M.பிரித்விகுமார்
எனது குருவிற்கு பெருவணக்கம்

போக்சோ சட்டம்
உண்மையும் நடைமுறையும்

குழந்தைகள் பாதுகாப்பு... உரிமை, சட்டம், நீதி, நடைமுறை

(தமிழ் - ஆங்கிலம்)

Published 10th July 2026

வழக்கறிஞர் **வி.ர.சதீஷ்குமரன்,**
M.A.,B.L., P.G.D.B.L.
சிட்லபாக்கம், சென்னை - 64

SRM PRINTERS & PUBLICATIONS
email:srmpublicationchennai@gmail.com

மண்ணில் புதைந்து இருப்பது
மரத்தின் வேர்கள்,
என் உள்ளத்தில் புதைந்து
இருப்பது என் அன்னையின்
அன்பு
என்றென்றும் என் அம்மாவின்
ஆசியுடன்...

போக்சோ சட்டம் உண்மையும் நடைமுறையும்

குழந்தைகள் பாதுகாப்பு... உரிமை, சட்டம், நீதி, நடைமுறை

(தமிழ் - ஆங்கிலம்)

வழக்கறிஞர்

வி.ர.சதீஷ்குமரன், M.A.,B.L., P.G.D.B.L.

சிட்லபாக்கம், சென்னை - 64

அச்சு வடிவமைப்பு: நடராஜன் துரைசாமி

அலைபேசி: 7092205713,

மின்னஞ்சல்:dnrajan1976@gmail.com

Published 10th July 2026

SRM PRINTERS & PUBLICATIONS

CHENNAI -600064.

email:srmpublicationchennai@gmail.com

சிட்லபாக்கத்தார் என்று மக்களால் அன்பாக அழைக்கப்படுபவர் முன்னாள் தென்சென்னை நாடாளுமன்ற உறுப்பினர் உயர்திரு சிட்லப்பாக்கம் ச.இராசேந்திரன் B.A., B.L., (Ex. MP) அவர்கள் மக்களின் மனதில் நீங்கா இடம் பெற்றவர், அன்பிற்கும், பொறுமைக்கும் பெருமை சேர்த்தவர், ஈடு இணையில்லா கல்வியை ஈந்து பல நூல்கள் எழுதும் அளவிற்கு என்னை உயர்த்தியவர், வாழ்நாள் முழுவதும் உழைத்தாலும் அந்நன்றியை நான் ஈடு செய்ய இயலாது. அவருக்கு எப்போதும் என் முதற்கண் நன்றி

ஆசிரியர் உரை

வழக்கறிஞர் **வி.ர.சதீஷ்குமரன்,**
M.A.,B.L., P.G.D.B.L.

சிட்லபாக்கம், சென்னை - 64

சில புத்தகங்கள் அறிவை பகிர்வதற்காக எழுதப்படுகின்றன. சில புத்தகங்கள் அனுபவத்தை பதிவு செய்வதற்காக எழுதப்படுகின்றன. ஆனால் சில புத்தகங்கள் மட்டும் ஒரு மனிதனின் மனசாட்சியை உலுக்கிய ஒரு நிகழ்வின் காரணமாக உருவாகின்றன. இந்த நூல் அப்படிப்பட்ட ஒரு நூல்.

ஒரு நாள், மிகுந்த மனவேதனையுடன் ஒரு தாய் என்னைச் சந்தித்தார். தனது குழந்தையின் பாதுகாப்பு, எதிர்காலம் மற்றும் குடும்பத்தின் நிலை குறித்து கண்ணீருடன் பகிர்ந்து கொண்டார். அவர் கூறிய ஒவ்வொரு வார்த்தையிலும் ஒரு தாயின் வேதனை மட்டுமல்ல, உதவி கேட்டு நிற்கும் ஆயிரக்கணக்கான பெற்றோர்களின் குரலும் ஒலித்தது. அவர் பகிர்ந்த தகவல்கள் மற்றும் ஆவணங்கள் அனைத்தையும் நான் ஒரு வழக்கறிஞராக சட்ட ரீதியாக ஆய்வு செய்தேன். ஒரு சட்ட ஆலோசகராக அவருக்கு தேவையான வழிகாட்டுதல்களை வழங்கினேன். அந்தச் சந்திப்பிற்குப் பிறகு, குழந்தைகள் பாதுகாப்பு தொடர்பான சட்டங்களைப் பற்றிய விழிப்புணர்வு

இன்னும் எவ்வளவு குறைவாக உள்ளது என்பதை நான் ஆழமாக உணர்ந்தேன். குழந்தைகளுக்கு எதிரான பாலியல் குற்றங்கள் குறித்து சமூகத்தில் இன்னும் பல தவறான புரிதல்கள் உள்ளன. பல பெற்றோர்களுக்கு எப்போது புகார் அளிக்க வேண்டும், எவ்வாறு புகார் அளிக்க வேண்டும், குழந்தையின் உரிமைகள் என்ன, காவல்துறையின் கடமைகள் என்ன, நீதிமன்ற நடைமுறைகள் என்ன என்பது பற்றிய தெளிவான அறிவு இல்லை. இந்த அறியாமையே பல நேரங்களில் குற்றவாளிகளுக்கு சாதகமான சூழலை உருவாக்குகிறது.

இந்த நூலில் குறிப்பிடப்படும் எந்தச் சம்பவமும் குறிப்பிட்ட ஒருவரை அடையாளம் காணும் நோக்கில் எழுதப்படவில்லை. தனிநபர்களின் தனியுரிமை, சட்ட நடைமுறைகள் மற்றும் நீதிமன்ற விசாரணைகளை மதிக்கும் வகையில் அனைத்து விவரங்களும் மாற்றப்பட்டுள்ளன அல்லது பொதுவான வடிவத்தில் மட்டுமே குறிப்பிடப்பட்டுள்ளன. எந்த வழக்கைப் பற்றியும் நீதிமன்றம் இறுதி முடிவுக்கு வருவதற்கு முன் யாரையும் குற்றவாளி என்று இந்த நூல் அறிவிக்கவில்லை. ஆனால், ஒரு உண்மையை நான் உறுதியாகச் சொல்ல விரும்புகிறேன். ஒரு தாயின் கண்ணீரும், ஒரு குழந்தையின் பாதுகாப்பு குறித்த அச்சமும், சட்டத்தை பொதுமக்கள் எளிதாகப் புரிந்துகொள்ளும் வகையில் ஒரு முழுமையான நூல் இருக்க வேண்டும் என்ற எண்ணத்தை என்னுள் விதைத்தது. அந்த எண்ணத்தின் விளைவாகவே இந்த நூல் உருவாகியுள்ளது.

இந்த நூல் சட்ட மாணவர்களுக்காக மட்டும் அல்ல. பெற்றோர்கள், ஆசிரியர்கள், காவல்துறை அதிகாரிகள், வழக்கறிஞர்கள், நீதித்துறை அதிகாரிகள், விளையாட்டுப் பயிற்சியாளர்கள், சமூக ஆர்வலர்கள் மற்றும் குழந்தைகளின் பாதுகாப்பில் அக்கறை கொண்ட ஒவ்வொருவருக்கும் பயன்படும் வகையில் எழுதப்பட்டுள்ளது.

ஒரு குழந்தையின் வாழ்க்கையை மாற்றுவதற்கு ஒரு நல்ல புத்தகம், ஒரு சரியான சட்ட அறிவு அல்லது ஒரு தைரியமான முடிவு போதுமானதாக இருக்கலாம். இந்த நூல் அந்த மாற்றத்தின் ஒரு சிறிய காரணமாக இருந்தால்கூட, என் எழுத்துப் பயணத்திற்கு அதுவே மிகப்பெரிய வெற்றியாக இருக்கும்.

இந்த நூலை வாசிக்கும் ஒவ்வொருவரிடமும் நான் ஒரு வேண்டுகோளை மட்டும் வைக்கிறேன்.

குழந்தைகளை நம்புங்கள்.

அவர்களின் குரலைக் கேளுங்கள்.

அவர்கள் சொல்லும் சிறிய மாற்றங்களைக் கூட கவனியுங்கள்.

சட்டத்தை அறிந்து செயல்படுங்கள்.

ஏனெனில் ஒரு குழந்தையின் பாதுகாப்பு என்பது ஒரு குடும்பத்தின் பொறுப்பு மட்டுமல்ல; அது ஒரு சமூகத்தின் நாகரிகத்திற்கான அளவுகோலாகும்.

**சட்ட விழிப்புணர்வு என்பது வெறும் அறிவு அல்ல
அது பல உயிர்கள், பல குடும்பங்கள் பாதுகாப்பாக
இருக்க உதவும் கருவி**

வழக்கறிஞர் வி.ர.சதீஷ்குமரன்
சிட்லபாக்கம், சென்னை 64

"Affectionately known as 'Chitlapakkathar' among the people, Chitlapakkam Thiru C. RAJENDRAN, B.A., B.L., former Member of Parliament of South Chennai, is a distinguished personality who has secured an everlasting place in the hearts of the masses. A beacon of love and patience, he has enriched countless lives through his invaluable teachings, authored numerous inspiring works, and played a pivotal role in shaping my journey to where I stand today. Even a lifetime of gratitude and service would be insufficient to repay the immense debt I owe him.

PREFACE

Advocate **V.R. SATHISHKUMARAN,**
M.A.,B.L., P.G.D.B.L.
Chitlapakkam, Chennai - 64.

Some books are written to share knowledge. Some are written to preserve experiences. But a few books are born out of an incident that deeply touches a person's conscience. This book is one such work.

One day, a mother approached me in deep emotional distress. With tears in her eyes, she shared her concerns about the safety, future, and well-being of her child. As I listened to her, I realized that her voice represented not only the pain of a single mother but also the silent struggles of countless parents who seek protection and justice for their children.

As an Advocate, I carefully examined the information, documents, and materials that were placed before me and provided her with appropriate legal guidance. That experience made me realize how little awareness still exists among the public regarding the laws enacted for the protection of children.

There are still many misconceptions in society regarding sexual offences against children. Many parents do not know when to lodge a complaint, how to approach the authorities, what legal rights a child possesses, what responsibilities the police have, or how the judicial process functions. Such lack of awareness often creates opportunities for offenders and discourages victims and their families from seeking timely protection.

The incidents referred to in this book are not intended to identify or accuse any particular individual. In order to respect privacy, ongoing legal processes, and the administration of justice, identifying details have either been omitted or suitably modified. Nothing contained in this book should be understood as declaring any person guilty unless such guilt has been established through the due process of law.

However, one truth remains undeniable. The tears of a mother and the fear for the safety of her child inspired me to prepare a comprehensive book that would explain the Protection of Children from Sexual Offences (POCSO) Act in a simple, practical, and understandable manner. This book is the result of that inspiration.

This work has not been written exclusively for lawyers or law students. It has been prepared for parents, teachers, police officers, judicial officers, advocates, coaches, social workers, child protection professionals, and every citizen who believes that every child deserves to live with dignity, safety, and justice.

Sometimes a single book, a correct understanding of the law, or one courageous decision can change the course of a child's life. If this book succeeds in helping even one child remain safe, or enables even one parent to take timely and informed action, I shall consider my efforts richly rewarded.

Before concluding, I wish to make one humble request to every reader.

- Believe children.
- Listen to their voices.
- Pay attention even to the smallest changes in their behaviour.
- Know the law and act without fear whenever a child's safety is at risk.

Because the safety of a child is not merely the responsibility of a family—it is the true measure of a civilized society.

"LEGAL AWARENESS IS NOT MERELY KNOWLEDGE; IT IS A POWERFUL TOOL THAT SAFEGUARDS LIVES AND SECURES FAMILIES."

அணிந்துரை

ஒரு தாயின் இதயத்தில் இருந்து...

ஒரு பெண் தாயாக மாறும் தருணத்தில், அவளுடைய வாழ்க்கை முழுவதும் தனது குழந்தைகளைச் சுற்றியே நகரத் தொடங்குகிறது. ஒரு குழந்தையின் முதல் சிரிப்பு முதல் முதல் வெற்றி வரை, ஒவ்வொரு தருணமும் ஒரு தாயின் வாழ்வின் அர்த்தமாக மாறிவிடுகிறது. நானும் அதற்கு விதிவிலக்கல்ல.

வாழ்க்கையில் பல பொருளாதாரச் சிரமங்கள், குடும்பப் பிரச்சினைகள் மற்றும் எண்ணற்ற கஷ்டங்களை எதிர்கொண்டேன். என் குழந்தைகள் யாரிடமும் கையேந்தாமல், தன்னம்பிக்கையுடன் வாழ வேண்டும் என்ற ஒரே நோக்கத்துடன் நான் உழைத்தேன். அதிகாலை நேரங்களில் வேலைக்குச் செல்வது முதல், பல்வேறு கடின உழைப்புகளைச் செய்து என் குழந்தைகளின் கனவுகளை நனவாக்க முயன்றேன். ஒரு தாய் செய்யக்கூடிய ஒவ்வொரு தியாகத்தையும் மகிழ்ச்சியோடு செய்தேன்.

என் மகள் விளையாட்டுத் துறையில் சாதித்து, நம் மாநிலத்திற்கு பெருமை சேர்த்தபோது, என் வாழ்க்கைப் போராட்டத்திற்கு கிடைத்த மிகப்பெரிய வெற்றியாக அதை நான் எண்ணினேன். ஆனால், அதன் பின்னர் ஏற்பட்ட சில நிகழ்வுகள் என் வாழ்க்கையை முழுமையாக மாற்றிவிட்டன. ஒரு தாயாக நான் எழுப்பிய சில கவலைகள், சந்தேகங்கள் மற்றும் பாதுகாப்பு தொடர்பான அச்சங்கள் குறித்து அதிகாரிகளிடம் புகார் அளித்தேன். அந்தப்

வழக்கறிஞர் வி.ர.சதீஷ்குமரன்
சிட்லபாக்கம், சென்னை 64

பயணத்தில் நான் அனுபவித்த மன உளைச்சல், வேதனை, தனிமை மற்றும் உதவியற்ற உணர்வுகளை வார்த்தைகளால் முழுமையாக விவரிக்க முடியாது.

ஒரு குழந்தையை பாதுகாப்பது என்பது உணவு, உடை, கல்வி வழங்குவதால் மட்டும் நிறைவடைவதில்லை என்பதை நான் என் வாழ்க்கை அனுபவத்தின் மூலம் உணர்ந்தேன். குழந்தையின் மனநிலை, பாதுகாப்பு, நட்பு வட்டம், பயிற்சி பெறும் இடம், அவர்களுடன் பழகும் பெரியவர்கள், இணையப் பயன்பாடு ஆகிய அனைத்தையும் பெற்றோர்கள் கவனிக்க வேண்டிய அவசியம் உள்ளது.

பல பெற்றோர்கள் சமூகத்தின் விமர்சனம், குழந்தையின் எதிர்காலம் பாதிக்கப்படும் என்ற பயம், குடும்பத்தின் மரியாதை மற்றும் பல்வேறு அழுத்தங்களால் தங்களுடைய வேதனையை வெளிப்படுத்தாமல் அமைதியாக வாழ்கிறார்கள். அந்த அமைதியே சில நேரங்களில் தவறு செய்பவர்களுக்கு தைரியமாக மாறிவிடுகிறது. குழந்தைகளின் பாதுகாப்பு குறித்து பேசுவதில் வெட்கமோ பயமோ இருக்கக் கூடாது.

எனது அனுபவம் ஒன்று எனக்கு தெளிவாகக் கற்றுக் கொடுத்தது. குழந்தைகளைப் பாதுகாக்கும் சட்டங்களை பெற்றோர்கள் தெரிந்து கொள்ள வேண்டும். ஆசிரியர்கள் தெரிந்து கொள்ள வேண்டும். விளையாட்டுப் பயிற்சியாளர்கள் தெரிந்து கொள்ள வேண்டும். காவல்துறையினர் தெரிந்து கொள்ள வேண்டும். அதைவிட முக்கியமாக, குழந்தைகளே தங்களது உரிமைகளை அறிந்து கொள்ள வேண்டும்.

இந்த உணர்வை பொதுமக்களிடம் கொண்டு சேர்க்கும் நோக்கத்துடன் திரு. வி.ர.சதிஷ்குமரன் அவர்கள் இந்த நூலை எழுதியிருப்பது மிகவும் பாராட்டத்தக்க முயற்சியாக நான் கருதுகிறேன். சட்டப் பிரிவுகளை மட்டும் கூறாமல், ஒவ்வொரு குடும்பமும் புரிந்துகொள்ளும் எளிய மொழியில் குழந்தைகள் பாதுகாப்பு குறித்த விழிப்புணர்வை உருவாக்கும் வகையில் இந்நூல் அமைந்துள்ளது.

இந்த நூலை வாசிக்கும் ஒவ்வொரு பெற்றோரும், "என் குழந்தை பாதுகாப்பாக இருக்கிறதா?" என்ற கேள்வியை தினமும் தங்களிடம் கேட்டுக்கொள்ள வேண்டும். குழந்தைகளின் குரலைக் கேட்க வேண்டும். அவர்கள் சொல்லும் சிறிய மாற்றங்களையும் கவனிக்க வேண்டும். ஒரு குழந்தையின் கண்ணீரை துடைப்பது மனிதநேயம்; அந்தக் கண்ணீர் வராமல் காப்பது நமது பொறுப்பு.

இந்த நூல் ஆயிரக்கணக்கான குடும்பங்களுக்கு வழிகாட்டியாகவும், குழந்தைகளின் பாதுகாப்பை உறுதிப்படுத்தும் விழிப்புணர்வு நூலாகவும் அமைய என் மனமார்ந்த வாழ்த்துகளைத் தெரிவித்துக் கொள்கிறேன்.

அன்புடன்,
(ஒரு தாய்)

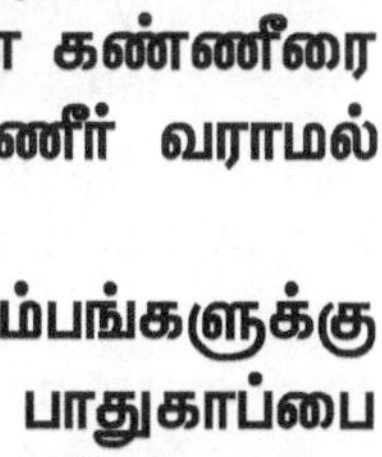

சரண்யா
சென்னை

FOREWARD

From the Heart of a Mother...

The moment a woman becomes a mother, her life begins to revolve around her children. Every smile, every achievement, and every dream of her child becomes the purpose of her own life. I am no different.

Life presented me with financial hardship, family struggles, and countless challenges. Yet I worked tirelessly with only one dream—that my children should grow up with dignity, confidence, and opportunities that I never had. I accepted every sacrifice with love because I believed that a mother's greatest strength is her child's future.

When my daughter achieved success in sports and brought pride to our State, I felt that all my years of struggle had finally been rewarded. However, certain events that followed changed my life completely. As a mother, I raised concerns regarding my child's safety and welfare and approached the authorities seeking help. The emotional pain, anxiety, loneliness, and helplessness that I experienced during that journey are difficult to describe in words.

My experiences taught me that protecting a child is not limited to providing food, clothing, education, or opportunities. Parents must also remain attentive to their child's emotional well-being, personal safety, social environment, training institutions, trusted adults, and online activities.

Many parents remain silent because they fear social stigma, damage to their child's future, or the burden of public scrutiny. Unfortunately, silence sometimes allows wrongdoing to continue. There should never be fear or shame in speaking up for the safety and well-being of a child.

One lesson became very clear to me: every parent should understand the laws that protect children. Teachers

should know them. Coaches should know them. Police offi-
fi
cers should know them. Above all, children themselves should be aware of their rights and know that their voices matter.

It is with this purpose that Mr. V. R.Sathishkumaran has prepared this book. Instead of presenting only legal provisions, he has explained the law in a simple and practical manner so that every family can understand how to protect children and respond appropriately when concerns arise.

As every reader turns these pages, I hope they ask themselves one important question: "Is my child truly safe?" Listen to children. Observe changes in their behaviour. Earn their trust. Protecting a child's smile is one of the greatest responsibilities we share as parents and as a society.

I sincerely hope that this book will become a valuable guide for families, educators, professionals, and all those committed to safeguarding children. May it create greater awareness, strengthen protection, and inspire every reader to stand for the rights, dignity, and safety of every child.

With heartfelt wishes,
(A Mother)

SARANYA
Chennai

மதிப்புரை

இந்த நூலை முழுமையாக வாசித்தபோது, இது ஒரு சட்ட நூல் மட்டுமல்ல; ஒவ்வொரு பெற்றோரும், ஆசிரியரும், பயிற்சியாளரும், குழந்தைகளுடன் தொடர்புடைய அனைவரும் கட்டாயம் படிக்க வேண்டிய விழிப்புணர்வு நூல் என்ற உணர்வு எனக்குள் ஏற்பட்டது.

குழந்தைகளின் பாதுகாப்பும், அவர்களின் உரிமைகளைப் பாதுகாப்பதும் பெற்றோரின் கடமையாக மட்டுமல்ல; ஆசிரியர்கள், பயிற்சியாளர்கள், கல்வி நிறுவனங்கள், அரசு அமைப்புகள் மற்றும் ஒட்டுமொத்த சமூகத்தின் கூட்டுப் பொறுப்பாகும். குறிப்பாக, குழந்தைகளுக்கு எதிராக நடைபெறும் பாலியல் குற்றங்கள், மனரீதியான சுரண்டல்கள், நம்பிக்கையைத் தவறாக பயன்படுத்தும் செயல்கள் போன்றவற்றைத் தடுக்கவும், அவை குறித்து பொதுமக்களிடையே சரியான சட்ட விழிப்புணர்வை ஏற்படுத்தவும் இன்றைய காலகட்டத்தில் மிகுந்த அவசியம் ஏற்பட்டுள்ளது.

அந்த அவசியத்தை உணர்ந்து, குழந்தைகளைப் பாதுகாக்கும் POCSO சட்டத்தின் முக்கிய அம்சங்கள், அதன் நோக்கம், சட்ட நடைமுறைகள், பெற்றோர்கள் கவனிக்க வேண்டிய விஷயங்கள், குழந்தைகளின் உரிமைகள், புகார் அளிக்கும் முறை, காவல்துறை மற்றும் நீதிமன்றத்தின் கடமைகள் உள்ளிட்ட பல்வேறு தகவல்களை எளிமையான தமிழில் அனைவரும் புரிந்துகொள்ளும் வகையில் இந்நூலில் தொகுத்து வழங்கியிருப்பது மிகவும் பாராட்டத்தக்கது.

சட்டப்பிரிவுகளை மட்டும் பட்டியலிடாமல், நடைமுறையில் ஏற்படும் பல்வேறு சூழ்நிலைகளையும், அவற்றை சட்டரீதியாக எவ்வாறு அணுக வேண்டும் என்பதையும் தெளிவாக எடுத்துரைப்பதால், இந்நூல் சட்ட வல்லுநர்களுக்கு மட்டுமல்லாமல் பொதுமக்கள், பெற்றோர்கள், ஆசிரியர்கள், மாணவர்கள், சமூக ஆர்வலர்கள் மற்றும் குழந்தைகள் நலனில் அக்கறை கொண்ட அனைவருக்கும் பயனுள்ள வழிகாட்டியாக அமையும்.

இந்நூலின் ஆசிரியரான வழக்கறிஞர் திரு. வி.ர.சதீஷ்குமரன், **M.A., B.L.** அவர்கள் கடந்த பல ஆண்டுகளாக சட்ட விழிப்புணர்வு பணியில் தொடர்ந்து ஈடுபட்டு, தமிழ் மற்றும் ஆங்கில மொழிகளில் பல்வேறு சட்ட விழிப்புணர்வு நூல்களை எழுதி வருகிறார். சட்டத்தை பொதுமக்கள் எளிதில் புரிந்துகொள்ள வேண்டும் என்ற உயர்ந்த நோக்கத்துடன் அவர் மேற்கொண்டு வரும் இந்தப் பணி மிகவும் பாராட்டத்தக்கது.

இந்த நூல் சட்ட அறிவை வழங்குவதோடு மட்டுமல்லாமல், குழந்தைகளின் பாதுகாப்பு குறித்த சமூகப் பொறுப்புணர்வையும் ஏற்படுத்தும் ஒரு முக்கியமான விழிப்புணர்வு ஆவணமாக அமையும் என்பதில் எனக்கு முழு நம்பிக்கை உள்ளது.

இந்நூல் பரவலாக மக்களை சென்றடைந்து, குழந்தைகளின் பாதுகாப்பிற்கும், பெற்றோர்களின் விழிப்புணர்விற்கும், குற்றங்களைத் தடுப்பதற்கும், சட்டத்தின் மீதான நம்பிக்கையை வலுப்படுத்துவதற்கும் சிறந்த பங்களிப்பை வழங்கிட இறைவனை வேண்டி,

இந்நூலை எழுதிய ஆசிரியருக்கு எனது மனமார்ந்த பாராட்டுகளையும், இனிய வாழ்த்துகளையும் தெரிவித்துக் கொள்கிறேன்.

அன்புடன்,
S.பவானி பாஸ்கர்
ஆவண எழுத்தர்

APPRECIATION

After reading this book in its entirety, I sincerely felt that it is not merely a law book but an important awareness guide that should be read by every parent, teacher, coach and every individual who is concerned about the safety and well-being of children.

Ensuring the safety of children and protecting their rights is not the responsibility of parents alone; it is a collective responsibility shared by teachers, coaches, educational institutions, government authorities and society as a whole. In today's world, creating awareness about child sexual abuse, emotional manipulation, exploitation of trust and other offences against children has become more important than ever before.

Recognizing this urgent need, the author has presented the important provisions of the Protection of Children from Sexual Offences (POCSO) Act in a simple, clear and easily understandable manner. The book explains not only the legal provisions but also the practical aspects of child protection, the responsibilities of parents and guardians, the rights of children, the procedure for lodging complaints, and the duties of the police and the courts in dealing with such sensitive cases.

Rather than merely reproducing statutory provisions, the author has thoughtfully explained various real-life situations and the appropriate legal remedies available under the law. This makes the book an invaluable reference not only for legal professionals but also for parents, teachers, students, social workers and every responsible citizen committed to safeguarding children.

The author, **Mr.V.R.Sathish Kumaran, M.A., B.L.,** Advocate, has been consistently engaged in promoting legal awareness among the public for several years. He has authored numerous legal awareness books in both Tamil and English with the noble objective of making the law simple, accessible and understandable to ordinary people. This book is yet another commendable contribution to that mission.

I firmly believe that this book will not only enhance legal awareness but will also inspire greater social responsibility towards protecting children and ensuring that justice reaches every child in need of protection.

It is also a matter of great pride that this is the author's 36th Legal Awareness Book. I sincerely hope that his remarkable journey of spreading legal knowledge will continue to benefit society and inspire many more readers in the years to come.

I extend my heartfelt appreciation and best wishes to the author for this valuable contribution and pray that this book reaches a wide readership, strengthens public awareness, promotes child protection and contributes meaningfully to the cause of justice.

With Best Wishes,
S.Bhavani Baskar
Document Writer

என் மகளுக்கு...

"என் அன்பு மகள் சஞ்சனாஸ்ரீயின் 15வது பிறந்தநாளை முன்னிட்டு, குழந்தைகளின் பாதுகாப்பிற்காகவும், குழந்தைகளுக்கு எதிரான பாலியல் குற்றங்கள் குறித்த சட்ட விழிப்புணர்வை சமூகத்தில் ஏற்படுத்தும் உயர்ந்த நோக்கத்துடனும் இந்நூலை அன்புடன் சமர்ப்பிக்கிறேன்."

ஒவ்வொரு பெற்றோரின் வாழ்க்கையிலும், தங்கள் குழந்தையின் பிறந்த நாள் என்பது மகிழ்ச்சியும், நம்பிக்கையும், எதிர்காலக் கனவுகளும் நிறைந்த ஒரு நாளாகும். எனக்கும் அப்படித்தான். என் அன்பு மகள் சஞ்சனா ஸ்ரீ இன்று தனது 15வது வயதில் அடியெடுத்து வைக்கிறாள்.

பொதுவாக, பிறந்தநாளை குடும்பத்தினருடன் மகிழ்ச்சியாகக் கொண்டாடுவது வழக்கம். ஆனால், இந்த ஆண்டு என் மகளின் பிறந்தநாளை ஒரு சமூகப் பொறுப்புடன் இணைக்க வேண்டும் என்ற எண்ணம் என் மனதில் உருவானது. அதன் விளைவாக, குழந்தைகளின் பாதுகாப்பு, அவர்களின் உரிமைகள் மற்றும் குழந்தைகளை பாலியல் குற்றங்களிலிருந்து பாதுகாக்கும் சட்டம் (POCSO Act) குறித்த விழிப்புணர்வை ஏற்படுத்தும் எனது 36வது சட்ட விழிப்புணர்வு நூலை, என் மகளின் 15வது பிறந்தநாளிலேயே வெளியிடுவதில் நான் பெருமையும், மனநிறைவும் அடைகிறேன்.

ஒரு தந்தையாக, என் மகள் மட்டும் பாதுகாப்பாக இருந்தால் போதும் என்ற எண்ணம்

எனக்கு இல்லை. இந்த நாட்டில் வாழும் ஒவ்வொரு குழந்தையும் பாதுகாப்பாகவும், அச்சமின்றியும், தன்னம்பிக்கையுடனும், மரியாதையுடனும் வாழ வேண்டும் என்பதே எனது மனதின் ஆழ்ந்த விருப்பமாகும். குழந்தைகளின் பாதுகாப்பும், அவர்களின் உரிமைகளைப் பாதுகாப்பதும் பெற்றோரின் பொறுப்பு மட்டுமல்ல; ஆசிரியர்கள், பயிற்சியாளர்கள், கல்வி நிறுவனங்கள், அரசு அமைப்புகள் மற்றும் ஒட்டுமொத்த சமூகத்தின் கூட்டுப் பொறுப்பாகும். அந்தப் பொறுப்பை அனைவருக்கும் நினைவூட்டும் ஒரு சிறிய முயற்சியாகவே இந்த நூலை சமூகத்திற்கு அர்ப்பணிக்கிறேன்.

இந்த நூல் சட்டப் பிரிவுகளை விளக்கும் ஒரு நூலாக மட்டும் இல்லாமல், குழந்தைகளின் பாதுகாப்பு, பெற்றோரின் விழிப்புணர்வு, சமூகத்தின் பொறுப்பு, சட்டத்தின் அவசியம் மற்றும் ஒவ்வொரு குழந்தையும் பாதுகாப்பாக வாழ வேண்டிய உரிமை ஆகியவற்றை எடுத்துரைக்கும் ஒரு சமூக விழிப்புணர்வு ஆவணமாக அமையும் என்பதில் எனக்கு முழு நம்பிக்கை உள்ளது.

என் அன்பு மகள் சஞ்சனாஸ்ரீ...

உனது 15வது பிறந்தநாளில், உனக்கு என் இதயப்பூர்வமான இனிய பிறந்தநாள் வாழ்த்துகளைத் தெரிவித்துக் கொள்கிறேன். நீ நல்ல உடல்நலத்துடனும், உயர்ந்த கல்வியுடனும், நற்பண்புகளுடனும், மனிதநேய சிந்தனைகளுடனும் வளர்ந்து, சமூகத்திற்கு பயனுள்ள சிறந்த மனிதராக

உயர வேண்டும் என்று இறைவனை மனமாரப் பிரார்த்திக்கிறேன்.

உனது பிறந்தநாளில் வெளியிடப்படும் இந்த நூல், உன் வாழ்க்கையைப் போலவே ஆயிரக்கணக்கான குழந்தைகளின் வாழ்க்கையில் பாதுகாப்பையும், நம்பிக்கையையும், சட்ட விழிப்புணர்வையும் விதைக்கும் ஒரு சிறிய ஒளிக்கதிராக அமைய வேண்டும் என்பதே ஒரு தந்தையாக எனது மனமார்ந்த ஆசையாகும்.

இந்த நூல் என் மகளுக்கு நான் வழங்கும் பிறந்தநாள் பரிசு மட்டுமல்ல; இந்த நாட்டின் ஒவ்வொரு குழந்தையின் பாதுகாப்பிற்காக நான் சமுதாயத்திற்கு அளிக்கும் ஒரு சிறிய பொறுப்புணர்வு காணிக்கையாகும்.

இனிய 15வது பிறந்தநாள் நல்வாழ்த்துகள், என் செல்ல மகளே! நீ வாழ்வில் உயர்ந்த இலக்குகளை அடைந்து, மனிதநேயமும், நேர்மையும், கருணையும் நிறைந்த ஒரு சிறந்த மனிதராக வாழ இறைவன் அருள்புரியட்டும்.

அன்புடன்,
வி.ர.சதீஷ்குமரன், M.A., B.L.
வழக்கறிஞர்
சட்ட விழிப்புணர்வு நூலாசிரியர்

TO MY BELOVED DAUGHTER...

"This book is lovingly dedicated to my beloved daughter, Sanjana Sri, on the occasion of her 15th Birthday, with the sincere hope of creating greater legal awareness for the protection of children and promoting a safer society for every child."

The birthday of a child is one of the most cherished moments in the life of every parent. It is a day filled with joy, hope and dreams for the future. For me, this day is even more special, as my beloved daughter, Sanjana Sri, steps into her fifteenth year of life.

Birthdays are usually celebrated with family, happiness and memorable moments. However, this year I wanted my daughter's birthday to carry a deeper purpose and leave behind a meaningful contribution to society.

It gives me immense happiness and satisfaction to publish my 36th Legal Awareness Book on the Protection of Children from Sexual Offences (POCSO Act) on the occasion of her 15th birthday. I believe there could be no better gift than dedicating a work that strives to protect the rights, dignity and safety of children.

As a father, I do not wish safety and security only for my own daughter. I sincerely dream of a society where every child can grow without fear, exploitation or abuse, and where every child enjoys a safe, respectful and dignified childhood.

Protecting children and safeguarding their rights is not the responsibility of parents alone. It is a shared responsibility of teachers, coaches, educational institutions, government authorities and society as a whole.

This book is my humble contribution towards reminding every individual of that collective responsibility.

This is not merely a book explaining the provisions of the POCSO Act. It is an earnest effort to create legal awareness, encourage responsible parenting, strengthen child protection and inspire society to stand united against every form of abuse and exploitation of children.

My dear daughter, Sanjana Sri,

On your 15th Birthday, I extend my heartfelt blessings and warmest wishes. May you be blessed with good health, wisdom, compassion, integrity and the strength to become a responsible citizen who always stands for truth, justice and humanity.

May this book, released on your birthday, become a ray of hope in the lives of thousands of children by spreading awareness, strengthening justice and inspiring society to protect every child with love, care and responsibility.

This book is not merely my birthday gift to you; it is my humble offering to society and my solemn commitment as a father towards ensuring that every child lives in safety, dignity and happiness. Happy 15th Birthday, my beloved daughter!

With Love,

V.R. Sathish Kumaran, M.A., B.L.

Advocate

Author of Legal Awareness Books

என் குடும்பத்திற்கு...

எழுத்து, சமூக சிந்தனை, மக்கள் சேவை, மற்றும் சட்ட விழிப்புணர்வு பணிகளில் கடந்த பல ஆண்டுகளாக நான் தொடர்ந்து பயணித்து வருகிறேன். அந்தப் பயணத்தின் காரணமாக, என் குடும்பத்தினருடன் செலவிட வேண்டிய பல நேரங்களை நான் இழந்திருக்கிறேன். எனக்கு தற்போது 40 வயதாகிறது; திருமணமாகி 17 ஆண்டுகள் ஆகின்றன; என் மகளுக்கு 14 வயதும், மகனுக்கு 12 வயதும் ஆகிறது. இந்த நூல் எனது 36வது புத்தகமாக வெளிவருகிறது. நான் எழுதிய நூல்களில் இந்த நூல் எனக்கு மிகவும் மனதிற்கு நெருக்கமானதும், வலிமை தரக்கூடியதுமான ஒன்றாகும். சமூக விழிப்புணர்வை மையமாக கொண்டு நான் மேற்கொண்ட இந்த நீண்ட பயணத்தில், அமைதியாக என்னை புரிந்து கொண்டு துணையாக இருந்த என் குடும்பத்தினருக்கு என் மனமார்ந்த நன்றியை பதிவு செய்கிறேன்.

SATHISHKUMARAN ADVOCATE: TO MY FAMILY...

For many years, I have continued my journey through writing, social thinking, public service, and legal awareness work. Because of that journey, I have often lost the valuable time that should have been spent with my family. I am now 40 years old, married for 17 years, with a 14-year-old daughter and a 12-year-old son. This book is being published as my 36th to my heart and one that has given me great inner strength. Throughout this long journey centered on social awareness, I would like to sincerely express my heartfelt gratitude to my family, who silently understood me and stood by my side with constant support.

பொறுப்புத் துறப்பு அறிவிப்பு

இந்த நூல், பொதுமக்களுக்கு சட்ட விழிப்புணர்வு வழங்கும் நோக்கத்துடன், சமூக அனுபவங்கள், பொதுவான சம்பவங்கள், மற்றும் சட்ட அறிவு அடிப்படையில் எழுதப்பட்டுள்ளது. இதில் குறிப்பிடப்படும் எடுத்துக்காட்டுகள், சூழ்நிலைகள் மற்றும் நிகழ்வுகள் அனைத்தும் பொதுவான சமூகப் பிரச்சனைகளை விளக்குவதற்காக மட்டுமே. எந்த ஒரு தனிநபர், குடும்பம், சமூகக் குழு, சாதி, மதம் அல்லது குறிப்பிட்ட நபரை குறிவைத்து எழுதப்பட்டவை அல்ல.

இந்த நூலில் குறிப்பிடப்படும் "ஏழை பணக்காரர்", "காதல் திருமணம்", "குடும்ப சூழல்", "வீட்டு வசதி" போன்ற குறிப்புகள், சமூகத்தில் காணப்படும் நடைமுறை சிக்கல்கள் மற்றும் அனுபவங்களை அடிப்படையாகக் கொண்டு, எதிர்காலத்தில் ஏற்படக்கூடிய சவால்களை உணர்த்தும் நோக்கத்துடன் மட்டுமே இடம் பெறுகின்றன. யாருடைய மனதையும் புண்படுத்தும் அல்லது இழிவுபடுத்தும் நோக்கம் இந்நூலுக்கு இல்லை.

இந்த நூல், பெண்களின் பாதுகாப்பை மையமாகக் கொண்டு எழுதப்பட்டிருந்தாலும், இதில் குறிப்பிடப்படும் சட்ட விழிப்புணர்வு, பாதுகாப்பு அறிவுரை மற்றும் சட்ட விளக்கங்கள், பெண்கள் மட்டுமல்லாது ஆண்கள், குழந்தைகள் மற்றும் குடும்பங்கள் அனைவருக்கும் பொருந்தும் வகையில் உள்ளடக்கப்பட்டுள்ளது. பெண்களுக்கு எதிரான

குற்றங்கள் மட்டுமல்ல, பெண்கள் செய்யக்கூடிய சட்டவிரோத செயல்கள் ஆண்களுக்கு அல்லது பிறருக்கு ஏற்படுத்தக்கூடிய சட்ட விளைவுகள் குறித்தும் இந்த நூல் விழிப்புணர்வு ஏற்படுத்தும் வகையில் எழுதப்பட்டுள்ளது.

இந்த நூலில் இடம்பெறும் சட்ட தகவல்கள் பொதுவான விழிப்புணர்வு நோக்கத்திற்காக மட்டுமே. இது தனிப்பட்ட வழக்குகளுக்கான சட்ட ஆலோசனையாக (Legal Advice) கருதப்படக் கூடாது. குறிப்பிட்ட சட்ட பிரச்சனைகளுக்கு, தகுதியான வழக்கறிஞரை அணுகுவது அவசியம்.

இந்த நூலின் ஒரே நோக்கம், சமூக நலன், சட்ட விழிப்புணர்வு, மற்றும் மக்களின் பாதுகாப்பு. எந்த விதமான அவமதிப்பு, பாகுபாடு அல்லது தவறான புரிதல் ஏற்படக்கூடாது என்பதே இந்நூலின் எழுத்தாளரின் நேர்மையான விருப்பமாகும்.

DISCLAIMER

This book is written with the primary objective of creating legal awareness among the general public, based on social realities, common experiences, and legal knowledge. The examples, situations, and references mentioned in this book are intended only to explain common social issues. They are not directed against any specific individual, family, community, caste, religion, or identifiable person.

References to "poor and rich," "love marriage," "family background," and "living conditions" are included solely to highlight practical social challenges and to help readers understand possible future consequences. There is no intention to hurt, insult, stereotype, or discriminate against any individual or group.

Although this book is titled and focused on women's safety, the legal awareness, safety guidance, and legal explanations contained herein are applicable to women, men, children, and families alike. The book also aims to explain that unlawful acts committed by any person, including women, may result in legal consequences for others, including men. Thus, this book promotes balanced legal awareness for all sections of society.

The legal information provided in this book is for general awareness purposes only and should not be considered as specific legal advice. For individual legal problems, readers are advised to consult a qualified legal professional.

The sole intention of this book is social welfare, legal education, and public safety. There is no intention to defame, discriminate, or cause emotional harm to any person or group. The author sincerely hopes that this book will be used in the spirit of awareness, understanding, and social responsibility.

பொதுவுரை

"Know Law Know Life"
No Law No Life"

நேற்று இயற்றப்பட்ட சட்டமாக இருந்தாலும் கூட நம் நாட்டு குடிமகன்கள் ஒவ்வொருவரும் அச்சட்டத்தை நிச்சயம் தெரிந்து வைத்திருக்க வேண்டும். நேற்று வந்த சட்டம் ஆகவே இன்று எனக்கு அதைப் பற்றி தெரியாது. எனவே, நான் அபராதம் செலுத்த மாட்டேன் எனச் சொல்லி தப்பிக்கவும் முடியாது. பாவம் பார்த்து அபராதம் விதிக்கும் அதிகாரி நம்மை விட்டால் லாபம்.

நம் நாட்டில் அமுலில் உள்ள ஒவ்வொரு சட்டத்தையும் ஒவ்வொரு குடிமகனும் தெரிந்து வைத்திருக்க வேண்டும் என்பது சட்டமாக இல்லையென்றாலும், அது சட்ட விதியாக இருக்கின்றது. எனவே, அனைவரும், சட்டவிழிப்புணர்வு பெறும் வண்ணம் நம் அரசு நல்வாய்ப்பினை ஏற்படுத்தி தர வேண்டும். ஆரம்பக் கல்வி முதலே அடிப்படை சட்டக் கல்வியை முக்கிய பாடமாகவோ அல்லது துணைப்பாடமாகவோ வைத்திட வேண்டும். தமிழக அரசு சட்டங்கள், அரசாணைகள், அறிவிப்புகள், மத்திய அரசால் இயற்றப்பட்ட சட்டங்கள் போன்றவை தாய்மொழியாம் நம் தமிழ் மொழியில் சுலபமாக கிடைத்திடும் வண்ணம் அரசு ஏற்பாடுகளை செய்து தந்திடல் வேண்டும்.

வழக்கறிஞர்
வி.ர.சதீஷ்குமரன், M.A.,B.L., P.G.D.B.L.
உயர்நீதிமன்றம், சென்னை

COMMON TO ALL CITIZEN

"Know Law Know Life"
No Law No Life"

Even if a law was enacted only yesterday, every citizen of our country is required to know it. One cannot escape responsibility by saying, "This law came yesterday, so I did not know about it today; therefore, I will not pay the fine." If an officer chooses to show leniency and let us go, it is our good fortune — but legally, ignorance of the law is not an excuse. Although it may not be practically possible for every citizen to know every single law in force, it is a well-established legal principle that citizens are expected to be aware of the laws of the land. Therefore, the government must create effective opportunities for all people to gain legal awareness. From the very beginning of education, basic legal education should be introduced as a core subject or at least as a supplementary subject. The Government of Tamil Nadu should also ensure that State laws, Government Orders, notifications, and Central Government Acts are made easily available in our mother tongue, Tamil, in a simple and accessible manner for the benefit of the common people.

வழக்கறிஞர்
வி.ர.சதீஷ்குமரன், M.A.,B.L., P.G.D.B.L.
உயர்நீதிமன்றம், சென்னை

வழக்கறிஞர் வி.ர.சதீஷ்குமரன்
சிட்லபாக்கம், சென்னை 64

அட்டவணை / INDEX

போக்சோ சட்டம் என்றால் என்ன?

போக்சோ (POCSO) என்பது "Protection of Children from Sexual Offences Act, 2012" என்ற ஆங்கில சட்டத்தின் சுருக்கமாகும். இதன் தமிழாக்கம் "குழந்தைகளை பாலியல் குற்றங்களிலிருந்து பாதுகாக்கும் சட்டம், 2012" என்பதாகும்.

18 வயதிற்குட்பட்ட அனைத்து குழந்தைகளையும் பாலியல் துன்புறுத்தல், பாலியல் தாக்குதல், தீவிர பாலியல் தாக்குதல், பாலியல் தொல்லை மற்றும் குழந்தைகள் தொடர்பான ஆபாசப் பொருட்கள் போன்ற குற்றங்களிலிருந்து பாதுகாக்க இந்திய நாடாளுமன்றம் 2012 ஆம் ஆண்டு இந்தச் சட்டத்தை இயற்றியது.

இந்தச் சட்டத்தின் முக்கிய நோக்கம் குழந்தைகளுக்கு பாதுகாப்பான சூழலை உருவாக்குவதும், குற்றவாளிகளுக்கு கடுமையான தண்டனைகளை வழங்குவதும், பாதிக்கப்பட்ட குழந்தைக்கு குழந்தை நட்பு விசாரணை மற்றும் விரைவான நீதி கிடைப்பதை உறுதி செய்வதுமாகும். போக்சோ சட்டத்தின் கீழ் குழந்தையின் அடையாளத்தை வெளியிடுவது சட்டப்படி தடை செய்யப்பட்டதாகும். மேலும், குழந்தையின் நலனே அனைத்து நடவடிக்கைகளிலும் முதன்மையாகக் கருதப்படுகிறது.

இந்த நூலில் போக்சோ சட்டத்தின் முக்கிய பிரிவுகள், நடைமுறைகள், நீதிமன்ற செயல்முறைகள், தண்டனைகள், பொதுமக்கள் தெரிந்துகொள்ள வேண்டிய சட்ட விழிப்புணர்வு மற்றும் முக்கிய தீர்ப்புகள் ஆகியவை எளிய தமிழில் விளக்கப்பட்டுள்ளன.

WHAT IS THE POCSO ACT?

POCSO stands for the Protection of Children from Sexual Offences Act, 2012. It is a special law enacted by the Parliament of India to protect children below the age of 18 years from sexual abuse, sexual assault, aggravated sexual assault, sexual harassment, and offences involving child sexual abuse material.

The primary objective of the Act is to ensure the safety and dignity of children, provide child-friendly procedures during reporting and investigation, ensure speedy trial through Special Courts, and impose strict punishment on offenders.

The POCSO Act also protects the identity and privacy of child victims. Disclosure of any information that may reveal the identity of a child victim is prohibited by law.

This book explains the important provisions of the POCSO Act, legal procedures, investigation process, court proceedings, punishments, legal awareness for the public, and important judicial decisions in a simple and easy-to-understand manner.

இந்தச் சட்டம் ஏன் கொண்டு வரப்பட்டது?

குழந்தைகளுக்கு எதிரான பாலியல் குற்றங்கள் இந்தியாவில் அதிகரித்து வந்த நிலையில், அத்தகைய குற்றங்களைத் தடுக்கவும், பாதிக்கப்பட்ட குழந்தைகளுக்கு உரிய சட்டப் பாதுகாப்பு வழங்கவும், குற்றவாளிகளுக்கு கடுமையான தண்டனை வழங்கவும் இந்திய நாடாளுமன்றம் 2012 ஆம் ஆண்டு போக்சோ (POCSO) சட்டத்தை இயற்றியது.

இந்தச் சட்டம் அமலுக்கு வருவதற்கு முன்பு, குழந்தைகளுக்கு எதிரான பாலியல் குற்றங்கள் இந்திய தண்டனைச் சட்டத்தின் (IPC) சில பிரிவுகளின் கீழ் மட்டுமே விசாரிக்கப்பட்டன. ஆனால், குழந்தைகளின் தனிப்பட்ட தேவைகள், மனநிலை மற்றும் பாதுகாப்பு ஆகியவற்றைக் கருத்தில் கொண்டு தனிச் சட்டம் அவசியமானதால் போக்சோ சட்டம் உருவாக்கப்பட்டது.

இந்தச் சட்டம் குழந்தையின் நலன், பாதுகாப்பு, தனியுரிமை மற்றும் மரியாதையை முதன்மையாகக் கருதி, குழந்தை நட்பு விசாரணை மற்றும் விரைவான நீதியை உறுதி செய்கிறது.

WHY WAS THE POCSO ACT ENACTED?

The Protection of Children from Sexual Offences (POCSO) Act, 2012 was enacted by the Parliament of India to address the increasing incidents of sexual offences against children. Its purpose is to provide comprehensive legal protection to children, ensure strict punishment for offenders, and establish child-friendly procedures for reporting, investigation, and trial.

Before the enactment of the POCSO Act, offences against children were dealt with under certain provisions of the Indian Penal Code (IPC). However, there was no special legislation specifically designed to address the unique needs and protection of child victims.

The Act places the best interests, dignity, privacy, and safety of the child at the centre of every legal proceeding while ensuring speedy justice through Special Courts.

போக்சோ சட்டத்தின் நோக்கங்கள்

போக்சோ சட்டத்தின் முக்கிய நோக்கங்கள் பின்வருமாறு:

18 வயதிற்குட்பட்ட அனைத்து குழந்தைகளையும் பாலியல் குற்றங்களிலிருந்து பாதுகாப்பது.

பாலியல் தாக்குதல், பாலியல் தொல்லை, தீவிர பாலியல் தாக்குதல் மற்றும் குழந்தைகள் தொடர்பான ஆபாசப் பொருட்கள் போன்ற குற்றங்களைத் தடுக்குதல்.

பாதிக்கப்பட்ட குழந்தைக்கு குழந்தை நட்பு விசாரணை மற்றும் நீதிமன்ற நடைமுறையை உறுதி செய்தல்.

குற்றவாளிகளுக்கு சட்டப்படி கடுமையான தண்டனைகளை வழங்குதல்.

குழந்தையின் அடையாளம் மற்றும் தனியுரிமையை பாதுகாத்தல்.

விரைவான விசாரணை மற்றும் நீதிமன்ற

விசாரணை மூலம் துரிதமான நீதியை வழங்குதல்.
குழந்தையின் மனநலன், உடல்நலன் மற்றும் எதிர்கால நலனை பாதுகாத்தல்.
குழந்தைகள் பாதுகாப்பு குறித்த சமூக விழிப்புணர்வை அதிகரித்தல்.

OBJECTIVES OF THE POCSO ACT

The primary objectives of the POCSO Act are:
To protect every child below the age of 18 years from sexual offences.
To prevent sexual assault, sexual harassment, aggravated sexual assault, and offences involving child sexual abuse material.
To provide child-friendly procedures during reporting, investigation, and trial.
To ensure strict punishment for offenders.
To protect the identity and privacy of child victims.
To ensure speedy investigation and trial through Special Courts.
To safeguard the physical, mental, and emotional well-being of children.
To promote awareness about child protection and children's rights.

முக்கிய வரையறைகள்

போக்சோ சட்டத்தில் பயன்படுத்தப்படும் சில முக்கிய வரையறைகள்:

1. குழந்தை (Child):

18 வயது நிறைவடையாத எந்த நபரும் குழந்தை எனக் கருதப்படுவார்.

2. பாலியல் தாக்குதல் (Sexual Assault):

குழந்தையின் சம்மதம் பொருட்படுத்தப்படாமல் பாலியல் நோக்கத்துடன் மேற்கொள்ளப்படும் சட்டவிரோத உடல் தொடர்பு.

3. தீவிர பாலியல் தாக்குதல் (Aggravated Sexual Assault):

காவல்துறை அதிகாரி, ஆசிரியர், உறவினர், மருத்துவ அதிகாரி போன்ற நம்பிக்கைக்குரிய நபர்களால் அல்லது குறிப்பிட்ட சூழ்நிலைகளில் நடைபெறும் கடுமையான பாலியல் தாக்குதல்.

4. பாலியல் தொல்லை (Sexual Harassment):

வார்த்தைகள், சைகைகள், செயல்கள் அல்லது வேறு எந்த முறையிலாகவும் குழந்தையை பாலியல் ரீதியாகத் தொந்தரவு செய்வது.

5. சிறப்பு நீதிமன்றம் (Special Court):

போக்சோ வழக்குகளை விரைவாக விசாரிக்க மாநில அரசு அமைக்கும் சிறப்பு நீதிமன்றம்.

6. குழந்தை நட்பு நடைமுறை (Child-Friendly Procedure):

குழந்தை அச்சமின்றி தனது கருத்தை தெரிவிக்கவும், மன உளைச்சல் இல்லாமல் விசாரணை நடைபெறவும் உருவாக்கப்பட்ட சட்ட நடைமுறைகள்.

IMPORTANT DEFINITIONS

Some important definitions under the POCSO Act are:

1. Child:

A child means any person below the age of 18 years.

2. Sexual Assault:

Any unlawful physical contact of a sexual nature committed against a child, irrespective of consent.

3. Aggravated Sexual Assault:

A more serious form of sexual assault committed by persons in positions of trust or authority, such as police officers, teachers, relatives, medical professionals, or under other aggravated circumstances specified in the Act.

4. Sexual Harassment:

Any words, gestures, actions, or conduct intended to sexually harass a child.

5. Special Court:

A designated court established to ensure speedy trial of offences under the POCSO Act.

6. Child-Friendly Procedure:

Legal procedures designed to protect the child from fear, trauma, or intimidation during reporting, investigation, and court proceedings.

குழந்தை யார்?

போக்சோ (POCSO) சட்டத்தின்படி, பதினெட்டு (18) வயதை நிறைவடையாத ஒவ்வொரு நபரும் "குழந்தை" எனக் கருதப்படுகிறார். ஆண் குழந்தை, பெண் குழந்தை, மாற்றுத் திறனாளி குழந்தை அல்லது எந்த சமூக, மத, மொழி, பொருளாதாரப் பின்னணியைச் சேர்ந்த குழந்தையாக இருந்தாலும், அனைவருக்கும் இந்தச் சட்டத்தின் கீழ் சமமான பாதுகாப்பு வழங்கப்படுகிறது.

குழந்தையின் சம்மதம் என்ற கருத்து போக்சோ சட்டத்தின் கீழ் சட்டரீதியாக ஏற்றுக்கொள்ளப்படாது. எனவே, பதினெட்டு வயதிற்குக் குறைவான குழந்தையுடன் பாலியல் நோக்கத்துடன் மேற்கொள்ளப்படும் எந்தவொரு செயலுக்கும் இந்தச் சட்டம் பொருந்தும். குழந்தையின் உடல், மனம், கல்வி, தனியுரிமை, மரியாதை மற்றும் பாதுகாப்பை உறுதி செய்வதே இந்தச் சட்டத்தின் அடிப்படை நோக்கமாகும். ஒவ்வொரு குழந்தையும் அச்சமின்றி, வன்முறையின்றி, பாலியல் சுரண்டலின்றி வாழ்வதற்கான உரிமையை பெற்றிருக்கிறது என்பதை இந்தச் சட்டம் வலியுறுத்துகிறது.

WHO IS A CHILD?

Under the Protection of Children from Sexual Offences (POCSO) Act, 2012, every person below the age of eighteen years is considered a child. The Act applies equally to boys, girls, children with disabilities, and children belonging to every social, religious, linguistic, and economic background. The law does not recognize the consent of a child for any sexual activity.

Therefore, any sexual act involving a person below eighteen years of age falls within the scope of the POCSO Act. The legislation is intended to protect the physical, emotional, psychological, educational, and social well-being of every child while safeguarding the child's dignity, privacy, and fundamental rights. Every child has the right to grow in an environment free from fear, abuse, exploitation, and violence.

குழந்தைகளின் அடிப்படை உரிமைகள்

இந்திய அரசியலமைப்பு மற்றும் பல்வேறு குழந்தைகள் பாதுகாப்புச் சட்டங்கள் ஒவ்வொரு குழந்தைக்கும் அடிப்படை உரிமைகளை வழங்குகின்றன. உயிர் வாழும் உரிமை, பாதுகாப்பாக வாழும் உரிமை, கல்வி பெறும் உரிமை, ஆரோக்கியமான சூழலில் வளர்ச்சி அடையும் உரிமை, கருத்து தெரிவிக்கும் உரிமை, தனியுரிமை மற்றும் மரியாதையுடன் நடத்தப்பட வேண்டிய உரிமை ஆகிய அனைத்தும் குழந்தைகளின் அடிப்படை உரிமைகளாகும். எந்தவொரு குழந்தையும் பாலியல் துன்புறுத்தல், உடல் வன்முறை, மன உளைச்சல்,

மனிதக் கடத்தல், குழந்தைத் தொழிலாளர் முறை அல்லது சுரண்டலுக்கு ஆளாகக் கூடாது.

பெற்றோர், ஆசிரியர்கள், அரசு அதிகாரிகள் மற்றும் சமூகத்தின் ஒவ்வொரு உறுப்பினரும் இந்த உரிமைகளை பாதுகாக்கும் பொறுப்பை ஏற்க வேண்டும். குழந்தையின் சிறந்த நலனே அனைத்து நிர்வாக மற்றும் நீதிமன்ற நடவடிக்கைகளிலும் முதன்மையாகக் கருதப்பட வேண்டும் என்பது போக்சோ சட்டத்தின் முக்கியக் கொள்கையாகும்.

FUNDAMENTAL RIGHTS OF CHILDREN

The Constitution of India and various child protection laws guarantee several fundamental rights to every child. These include the right to life, the right to protection, the right to education, the right to healthy development, the right to express views, the right to privacy, and the right to be treated with dignity and respect.

No child should be subjected to sexual abuse, physical violence, emotional abuse, trafficking, child labour, or any form of exploitation. Parents, teachers, government authorities, and every member of society have a shared responsibility to safeguard these rights. The best interests of the child must always remain the primary consideration in every administrative, investigative, and judicial decision affecting the child.

பாதுகாப்பு மற்றும் மரியாதை

ஒவ்வொரு குழந்தையும் பாதுகாப்பான மற்றும் மரியாதைக்குரிய சூழலில் வாழும் உரிமையைப் பெற்றுள்ளது. குழந்தையின் உடல், மனம் மற்றும் உணர்வுகளை பாதிக்கும் எந்தவொரு செயலுக்கும் சட்டத்தில் இடமில்லை.

போக்சோ சட்டத்தின் கீழ் குழந்தையின் அடையாளம், புகைப்படம், முகவரி, பள்ளி விவரம் அல்லது அவரை அடையாளம் காணக்கூடிய எந்தத் தகவலையும் வெளியிடுவது சட்டப்படி தடை செய்யப்பட்டுள்ளது.

விசாரணை மற்றும் நீதிமன்ற நடைமுறைகளின் போது குழந்தை மீண்டும் மன உளைச்சலுக்கு ஆளாகாமல் இருக்க குழந்தை நட்பு அணுகுமுறை கடைபிடிக்கப்பட வேண்டும். குழந்தையிடம் கேள்வி கேட்கும் விதம், மருத்துவ பரிசோதனை நடத்தும் முறை மற்றும் நீதிமன்றத்தில் சாட்சியம் பதிவு செய்யும் நடைமுறை அனைத்தும் குழந்தையின் மரியாதையையும் மனநிலையையும் பாதுகாக்கும் வகையில் இருக்க வேண்டும்.

குழந்தையின் பாதுகாப்பும் மரியாதையும் சமூகத்தின் ஒவ்வொரு உறுப்பினரின் கூட்டுப்பொறுப்பாகும் என்பதை இந்தச் சட்டம் வலியுறுத்துகிறது.

PROTECTION AND DIGNITY

Every child has the right to live in a safe, secure, and respectful environment. The law strictly prohibits any act that harms the physical, emotional, or psychological well-being of a child.

Under the POCSO Act, the identity of a child victim, including the child's name, photograph, address, school details, or any information that may reveal the child's identity, must not be disclosed.

During investigation and trial, child-friendly procedures must be followed to prevent further trauma. The manner of questioning, medical examination, and recording of evidence should always respect the child's dignity and emotional condition.

The protection and dignity of every child are collective responsibilities shared by parents, educational institutions, law enforcement agencies, the judiciary, and society as a whole.

பாலியல் தொந்தரவு

போக்சோ சட்டத்தின் கீழ், குழந்தையை பாலியல் நோக்கத்துடன் தொந்தரவு செய்வது "பாலியல் தொந்தரவு" (Sexual Harassment) எனக் கருதப்படுகிறது. இது உடல் தொடுதல் மட்டுமல்லாமல், வார்த்தைகள், சைகைகள், அசிங்கமான பேச்சுகள், பாலியல் உணர்வைத் தூண்டும் செயல்கள், ஆபாசமான குறுஞ்செய்திகள், தொலைபேசி அழைப்புகள், மின்னஞ்சல்கள் அல்லது சமூக வலைத்தளங்கள் மூலம் குழந்தையை

பாலியல் ரீதியாகத் தொந்தரவு செய்வதையும் உள்ளடக்கியதாகும்.

குழந்தையின் மனதில் பயம், அவமானம் அல்லது அசௌகரியத்தை ஏற்படுத்தும் எந்தவொரு பாலியல் நோக்கமுள்ள நடத்தையும் இந்தக் குற்றத்தின் வரம்பிற்குள் வருகிறது. இத்தகைய செயல்கள் குழந்தையின் மனநலனையும் எதிர்கால வாழ்க்கையையும் கடுமையாக பாதிக்கக்கூடியவை என்பதால், போக்சோ சட்டம் இதனை தனித்த குற்றமாகக் கருதி தண்டனை வழங்குகிறது.

SEXUAL HARASSMENT

Under the POCSO Act, any act of sexually harassing a child is treated as a criminal offence. Sexual harassment is not limited to physical contact but also includes sexually coloured remarks, obscene gestures, inappropriate communication, indecent messages, phone calls, emails, or the use of social media to harass a child for sexual purposes.

Any behaviour intended to cause fear, humiliation, embarrassment, or emotional distress to a child with a sexual motive falls within the scope of this offence. Since such acts can have a serious impact on a child's psychological and emotional well-being, the POCSO Act provides specific punishment for sexual harassment of children.

பாலியல் தாக்குதல்

போக்சோ சட்டத்தின்படி, குழந்தையின் விருப்பமோ சம்மதமோ இருந்ததாகக் கூறப்பட்டாலும், பதினெட்டு வயதிற்குக் குறைவான குழந்தையிடம் பாலியல் நோக்கத்துடன் சட்டவிரோதமாக உடல் தொடர்பு ஏற்படுத்துவது பாலியல் தாக்குதல் (Sexual Assault) ஆகும்.

இந்தச் சட்டம் குழந்தையின் சம்மதத்தை சட்டரீதியாக ஏற்றுக்கொள்வதில்லை. எனவே, குழந்தையின் உடல் சுதந்திரத்தையும் தனிப்பட்ட பாதுகாப்பையும் மீறும் எந்தவொரு பாலியல் நோக்கமுள்ள உடல் தொடர்பும் குற்றமாகும். இந்தக் குற்றத்தை விசாரிக்கும் போது குழந்தையின் பாதுகாப்பு, தனியுரிமை மற்றும் மனநிலை ஆகியவற்றிற்கு முன்னுரிமை வழங்கப்பட வேண்டும். குற்றம் நிரூபிக்கப்பட்டால், சட்டத்தில் குறிப்பிடப்பட்டுள்ள தண்டனைகள் வழங்கப்படும்.

SEXUAL ASSAULT

Under the POCSO Act, any unlawful physical contact with a child for a sexual purpose constitutes sexual assault. The law does not recognize the consent of a person below eighteen years of age for such acts. Therefore, any sexual act involving physical contact with a child is treated as an offence irrespective of any claimed consent. During investigation and trial, the child's safety, dignity, privacy, and emotional well-being remain the highest priority. Upon conviction, the offender is liable to punishment as prescribed under the Act.

தீவிர பாலியல் தாக்குதல்

போக்சோ சட்டத்தில் சில சூழ்நிலைகளில் நடைபெறும் பாலியல் தாக்குதல்கள் மிகவும் கடுமையான குற்றங்களாக வகைப்படுத்தப்படுகின்றன. காவல்துறை அதிகாரி, ஆசிரியர், மருத்துவர், உறவினர், அரசு அதிகாரி, பாதுகாப்புப் பொறுப்பில் உள்ள நபர் அல்லது குழந்தையின் நம்பிக்கையைப் பயன்படுத்தி மேற்கொள்ளப்படும் பாலியல் தாக்குதல்கள் தீவிர பாலியல் தாக்குதலாகக் கருதப்படுகின்றன.

மேலும், குழந்தைக்கு கடுமையான உடல் அல்லது மன உளைச்சலை ஏற்படுத்தும் சூழ்நிலைகளிலும் இந்தக் குற்றம் பொருந்தும். குழந்தையின் நம்பிக்கையையும் பாதுகாப்பையும் துஷ்பிரயோகம் செய்து குற்றம் செய்வோர் மீது சட்டம் மிகவும் கடுமையான தண்டனைகளை விதிக்கிறது. இதன் நோக்கம் குழந்தைகளை அதிகாரத் துஷ்பிரயோகத்திலிருந்தும் பாதுகாப்பதாகும்.

AGGRAVATED SEXUAL ASSAULT

The POCSO Act classifies certain forms of sexual assault as aggravated offences because of the circumstances in which they are committed. Sexual assault committed by police officers, teachers, doctors, relatives, public servants, or any person who occupies a position of trust or authority over a child is treated as aggravated sexual assault. The offence also covers situations where the child suffers severe physical or psychological harm.

Since these crimes involve abuse of trust and authority, the Act prescribes more stringent punishment for offenders to ensure greater protection for children.

ஆன்லைன் பாலியல் குற்றங்கள்

இன்றைய டிஜிட்டல் காலத்தில் இணையம் மற்றும் சமூக வலைத்தளங்கள் வழியாக குழந்தைகளுக்கு எதிரான பாலியல் குற்றங்கள் அதிகரித்து வருகின்றன. குழந்தைகளை போலியான அடையாளங்களின் மூலம் தொடர்புகொள்வது, ஆபாசமான புகைப்படங்கள் அல்லது வீடியோக்களை அனுப்புவது, தனிப்பட்ட தகவல்களைப் பெற்று மிரட்டுவது, பாலியல் நோக்கத்துடன் இணைய வழியாக உரையாடுவது, குழந்தைகளை சந்திக்க தூண்டுவது போன்ற செயல்கள் அனைத்தும் ஆன்லைன் பாலியல் குற்றங்களாகக் கருதப்படலாம்.

பெற்றோர்கள், ஆசிரியர்கள் மற்றும் பாதுகாவலர்கள் குழந்தைகளின் இணையப் பயன்பாட்டை பாதுகாப்பான முறையில் வழிநடத்த வேண்டும். இணையத்தில் நிகழும் பாலியல் சுரண்டல்களும் போக்சோ சட்டத்தின் கீழ் கடுமையாகக் கருதப்பட்டு, தொடர்புடைய பிற சட்டங்களுடனும் இணைத்து நடவடிக்கை எடுக்கப்படுகிறது.

ONLINE SEXUAL OFFENCES

With the rapid growth of digital technology, online sexual offences against children have become increasingly common. Such offences include contacting children through fake identities, sending obscene messages or images, obtaining personal information for exploitation, engaging in sexually explicit conversations, or attempting to lure children into meetings for sexual purposes.

Parents, teachers, and guardians have an important responsibility to educate children about safe internet practices. Online exploitation of children is treated as a serious offence under the POCSO Act, along with other applicable cyber laws.

குழந்தை ஆபாசப் பொருட்கள்

குழந்தைகளை பாலியல் ரீதியாக சித்தரிக்கும் புகைப்படங்கள், வீடியோக்கள் அல்லது பிற காட்சிப் பதிவுகளை உருவாக்குதல், சேமித்தல், பகிர்தல், விற்பனை செய்தல் அல்லது பரப்புதல் மிகவும் கடுமையான குற்றமாகும். இத்தகைய செயல்கள் குழந்தையின் உடல், மன மற்றும் சமூக வாழ்க்கையை தீவிரமாக பாதிக்கின்றன.

குழந்தைகளை பயன்படுத்தி ஆபாசப் பதிவுகளை உருவாக்குவது மட்டுமல்லாமல், அவற்றை இணையத்தில் பகிர்வதும், பதிவிறக்கம் செய்வதும், பரப்புவதும் சட்டப்படி தண்டனைக்குரிய செயல்களாகும். குழந்தைகளை எந்தவித பாலியல் சுரண்டலிலிருந்தும் பாதுகாப்பதே போக்சோ சட்டத்தின் முக்கிய நோக்கங்களில் ஒன்றாகும்.

இதுபோன்ற குற்றங்கள் கண்டறியப்பட்டால் உடனடியாக காவல்துறையிடம் அல்லது உரிய அதிகாரிகளிடம் புகார் அளிப்பது ஒவ்வொரு குடிமகனின் சமூகப் பொறுப்பாகும்.

CHILD SEXUAL ABUSE MATERIAL

The creation, possession, storage, transmission, distribution, or sale of photographs, videos, or any other visual material depicting the sexual abuse or exploitation of children is a serious criminal offence.

Such material causes severe and lasting harm to the physical, emotional, and social well-being of children. The law criminalizes not only the production of such material but also its circulation, sharing, downloading, and dissemination through digital platforms. One of the principal objectives of the POCSO Act is to protect children from every form of sexual exploitation. Whenever such offences are detected, they should be reported immediately to the police or the appropriate authorities for legal action.

யார் புகார் அளிக்கலாம்?

போக்சோ சட்டத்தின் கீழ் குழந்தைக்கு எதிராக பாலியல் குற்றம் நடைபெற்றதாக சந்தேகம் ஏற்பட்டாலோ அல்லது அவ்வாறான குற்றம் நடைபெற்றது தெரியவந்தாலோ, பாதிக்கப்பட்ட குழந்தை மட்டுமல்லாமல், பெற்றோர், பாதுகாவலர், உறவினர், ஆசிரியர், பள்ளி நிர்வாகம், மருத்துவர், அண்டை வீட்டினர், நண்பர் அல்லது அந்தச் சம்பவத்தை அறிந்த எந்தவொரு நபரும் காவல்துறையில் புகார்

அளிக்கலாம்.

குழந்தையின் பாதுகாப்பே இந்தச் சட்டத்தின் முதன்மை நோக்கமாக இருப்பதால், குற்றத்தை மறைப்பதை விட உடனடியாக சம்பந்தப்பட்ட அதிகாரிகளுக்கு தகவல் தெரிவிப்பது சட்ட மற்றும் சமூகப் பொறுப்பாகும். போக்சோ சட்டத்தின் கீழ் குழந்தைக்கு எதிரான பாலியல் குற்றம் தொடர்பான தகவல் கிடைத்தும் அதை தெரிவிக்காமல் இருப்பதும் சில சூழ்நிலைகளில் சட்ட நடவடிக்கைக்கு வழிவகுக்கலாம். எனவே குழந்தையின் நலனை முன்னிறுத்தி உடனடியாக புகார் அளிப்பது மிக முக்கியமானதாகும்.

WHO CAN FILE A COMPLAINT?

Under the POCSO Act, a complaint may be filed not only by the child victim but also by a parent, guardian, relative, teacher, school authority, doctor, neighbour, friend, or any other person who has knowledge or reasonable suspicion that a sexual offence has been committed against a child.

Since the primary objective of the Act is to protect children, every person has a moral and, in certain situations, a legal responsibility to report such offences without delay. Failure to report information relating to offences against children may attract legal consequences under the provisions of the Act. Prompt reporting helps ensure the child's safety and enables timely legal action.

FIR பதிவு நடைமுறை

குழந்தைக்கு எதிரான பாலியல் குற்றம் தொடர்பாக தகவல் கிடைத்தவுடன் காவல்துறை உடனடியாக முதல் தகவல் அறிக்கை (FIR) பதிவு செய்ய வேண்டும். புகார் அளிக்க வந்த குழந்தை அல்லது அவரது பெற்றோர், பாதுகாவலர் ஆகியோரிடம் மரியாதையுடனும், அச்சமில்லாத சூழலிலும் தகவல் பெறப்பட வேண்டும்.

குழந்தை புரிந்துகொள்ளும் மொழியில் தகவல் பதிவு செய்யப்பட வேண்டும். புகார் அளித்தவருக்கு திமிஸி நகல் இலவசமாக வழங்கப்பட வேண்டும். தேவையான சூழ்நிலைகளில் பெண் காவல் அதிகாரி அல்லது குழந்தைகளுடன் பணியாற்றும் பயிற்சி பெற்ற அதிகாரி மூலம் புகார் பதிவு செய்யப்படுவது குழந்தையின் நலனுக்கு ஏற்றதாகும்.

FIR பதிவு செய்யப்பட்ட பிறகு உடனடியாக விசாரணை தொடங்கப்பட்டு, குழந்தையின் பாதுகாப்பு மற்றும் ஆதாரங்களின் பாதுகாப்பு உறுதி செய்யப்பட வேண்டும்.

PROCEDURE FOR REGISTRATION OF FIR

When information regarding a sexual offence against a child is received, the police must promptly register a First Information Report (FIR). The complaint should be recorded in a respectful, child-friendly, and non-threatening environment.

The statement should be recorded in a language that the child understands, and a free copy of the FIR should be provided to the complainant. Wherever appropriate, the complaint should be recorded by a woman police officer or an officer trained to deal with children.

After registration of the FIR, the investigation should commence without unnecessary delay while ensuring the safety of the child and preservation of evidence.

காவல்துறையின் கடமைகள்

போக்சோ சட்டத்தின் கீழ் காவல்துறைக்கு மிக முக்கியமான பொறுப்புகள் வழங்கப்பட்டுள்ளன. குழந்தையின் பாதுகாப்பை உறுதி செய்தல், மரியாதையுடன் அணுகுதல், குழந்தைக்கு மன உளைச்சல் ஏற்படாத வகையில் விசாரணை நடத்துதல், மருத்துவ பரிசோதனைக்கு தேவையான ஏற்பாடுகளை செய்தல், தேவையான ஆதாரங்களை சேகரித்தல் மற்றும் குற்றவாளியை சட்டத்தின் முன் நிறுத்துதல் ஆகியவை காவல்துறையின் முக்கியக் கடமைகளாகும்.

குழந்தையின் அடையாளம் வெளியிடப்படாமல் பாதுகாக்கப்பட வேண்டும். விசாரணையின் ஒவ்வொரு நிலையிலும் குழந்தையின் நலனே முதன்மையாகக் கருதப்பட வேண்டும். காவல்துறையினர் குழந்தையிடம் தேவையற்ற கேள்விகளை கேட்பதையோ, அச்சுறுத்தும் விதமாக நடந்து கொள்வதையோ தவிர்க்க வேண்டும்.

DUTIES OF THE POLICE

The POCSO Act places significant responsibilities upon the police. Their duties include ensuring the safety of the child, treating the child with dignity and compassion, conducting the investigation in a child-friendly manner, arranging medical examination whenever necessary, collecting evidence lawfully, and bringing the offender before the court.

The identity of the child must remain confidential throughout the investigation. At every stage of the process, the welfare and best interests of the child should be the primary consideration. Police officers should avoid any conduct that may intimidate, traumatize, or further distress the child.

மருத்துவ பரிசோதனை

போக்சோ வழக்குகளில் மருத்துவ பரிசோதனை என்பது முக்கியமான ஆதாரமாக அமையக்கூடும். குழந்தையின் உடல்நலம் மற்றும் மனநிலையை கருத்தில் கொண்டு, தேவையான சமயத்தில் மருத்துவ பரிசோதனை மேற்கொள்ளப்பட வேண்டும். பரிசோதனை குழந்தையின் மரியாதையை பாதுகாக்கும் வகையிலும், தேவையற்ற வேதனை ஏற்படாத முறையிலும் மேற்கொள்ளப்பட வேண்டும்.

பெண் குழந்தையாக இருந்தால், இயன்றவரை பெண் மருத்துவரால் பரிசோதனை மேற்கொள்ளப்படுவது விரும்பத்தக்கது. மருத்துவ அறிக்கை நீதிமன்றத்தில் முக்கிய ஆதாரமாகப் பயன்படுத்தப்படலாம். இருப்பினும் மருத்துவ ஆதாரம்

இல்லாதது மட்டுமே குற்றம் நடைபெறவில்லை என்பதற்கான இறுதி ஆதாரமாக கருதப்பட முடியாது; பிற சாட்சிகள் மற்றும் ஆதாரங்களும் நீதிமன்றத்தால் மதிப்பீடு செய்யப்படும்.

MEDICAL EXAMINATION

Medical examination plays an important role in the investigation of offences under the POCSO Act. Whenever necessary, the child should be medically examined while giving due importance to the child's health, dignity, and emotional well-being. The examination must be conducted in a manner that minimizes discomfort and respects the child's privacy.

As far as possible, the medical examination of a girl child should be conducted by a female medical practitioner. The medical report may serve as important evidence before the court. However, the absence of medical evidence alone does not necessarily mean that no offence has occurred, as the court will consider all available evidence before reaching its conclusion.

குழந்தை நட்பு விசாரணை

போக்சோ சட்டத்தின் முக்கிய சிறப்பம்சங்களில் ஒன்று குழந்தை நட்பு விசாரணை முறையாகும். விசாரணை நடைபெறும் போது குழந்தை பயப்படாத, அச்சமடையாத மற்றும் மன உளைச்சலுக்கு ஆளாகாத சூழல் உருவாக்கப்பட வேண்டும். குழந்தையிடம் மரியாதையுடனும் பொறுமையுடனும் கேள்விகள் கேட்கப்பட வேண்டும். தேவையற்ற முறையில் ஒரே கேள்வியை பலமுறை கேட்பதோ

அல்லது குழந்தையை குற்றவாளி முன்னிலையில் நிறுத்துவதோ தவிர்க்கப்பட வேண்டும்.

விசாரணையின் முழு காலத்திலும் குழந்தையின் தனியுரிமை பாதுகாக்கப்பட வேண்டும். குழந்தையின் மனநிலையை மதித்து, அவசியமான இடங்களில் உளவியல் ஆலோசகர்கள், பெற்றோர் அல்லது பாதுகாவலர்களின் ஆதரவுடன் விசாரணை மேற்கொள்ளப்படுவது நீதியின் நோக்கத்திற்கும் குழந்தையின் நலனிற்கும் மிகவும் அவசியமானதாகும்.

CHILD-FRIENDLY INVESTIGATION

One of the most important features of the POCSO Act is the requirement of a child-friendly investigation. The entire process should be conducted in an environment where the child feels safe, comfortable, and free from fear or intimidation. Questions should be asked with patience, sensitivity, and respect.

Repeated questioning without necessity and unnecessary confrontation with the accused should be avoided. The child's privacy and confidentiality must be protected throughout the proceedings. Whenever required, the assistance of parents, guardians, counsellors, or other support persons should be provided to ensure that the investigation serves both the interests of justice and the well-being of the child.

சட்டக் குறிப்புகள்

போக்ஸோ சட்டம், 2012 பிரிவு 19
(குற்றம் குறித்த தகவலை கட்டாயமாக தெரிவிக்கும் கடமை)

போக்ஸோ சட்டம், 2012 பிரிவு 24
(குழந்தை நட்பு முறையில் குழந்தையின் வாக்குமூலத்தை காவல்துறை பதிவு செய்யும் நடைமுறை)

போக்ஸோ சட்டம், 2012 பிரிவு 26
(குழந்தையின் வாக்குமூலத்தை பதிவு செய்யும் நடைமுறை)

போக்ஸோ சட்டம், 2012 பிரிவு 27
(மருத்துவ பரிசோதனை தொடர்பான நடைமுறைகள்)

போக்ஸோ விதிகள், 2020 விதி 4 மற்றும் விதி 9
(குழந்தையின் பாதுகாப்பு, ஆதரவு நபர், குழந்தை நட்பு நடைமுறைகள்)

பாரதிய நாகரிக் சுரக்ஷா சன்ஹிதா 2023 பிரிவு 173
(முதல் தகவல் அறிக்கை பதிவு செய்யும் நடைமுறை)

LEGAL REFERENCES

- Section 19 of the Protection of Children from Sexual Offences (POCSO) Act, 2012

  – Mandatory reporting of offences against children.

- Section 24 of the POCSO Act, 2012

  – Recording the statement of the child by the police in a child-friendly manner.

- Section 26 of the POCSO Act, 2012

  – Procedure for recording the statement of the child.

- Section 27 of the POCSO Act, 2012

  – Medical examination of the child.

- Rules 4 and 9 of the Protection of Children from Sexual Offences Rules, 2020

  – Child protection measures, support person, and child-friendly procedures during investigation and trial.

- Section 173 of the Bharatiya Nagarik Suraksha Sanhita (BNSS), 2023

  – Registration of the First Information Report (FIR).

சிறப்பு நீதிமன்றம்

போக்சோ சட்டத்தின் கீழ் பதிவு செய்யப்படும் வழக்குகளை விரைவாகவும், குழந்தையின் நலனைப் பாதுகாக்கும் வகையிலும் விசாரிப்பதற்காக சிறப்பு நீதிமன்றங்கள் (Special Courts) அமைக்கப்படுகின்றன. இந்த நீதிமன்றங்களின் முக்கிய நோக்கம், குழந்தை தேவையற்ற காலதாமதம், மன உளைச்சல் மற்றும் அச்சத்திற்கு ஆளாகாமல் நீதியைப் பெறுவதை உறுதி செய்வதாகும்.

விசாரணை முழுவதும் குழந்தையின் தனியுரிமை பாதுகாக்கப்பட வேண்டும். நீதிமன்றம் குழந்தையிடம் மரியாதையுடனும், குழந்தை நட்பு அணுகுமுறையுடனும் நடந்து கொள்ள வேண்டும். குற்றஞ்சாட்டப்பட்ட நபரின் உரிமைகளையும், பாதிக்கப்பட்ட குழந்தையின் உரிமைகளையும் சமநிலையுடன் கருத்தில் கொண்டு, சட்டத்தின் அடிப்படையில் நியாயமான தீர்ப்பை வழங்குவது சிறப்பு நீதிமன்றத்தின் முக்கியக் கடமையாகும்.

Legal Reference

Section 28 of the Protection of Children from Sexual Offences (POCSO) Act, 2012 - Designation of Special Courts.

SPECIAL COURT

The POCSO Act provides for the establishment of Special Courts to ensure the speedy trial of offences against children while protecting the child's rights and welfare. The primary objective of these courts is to deliver justice without unnecessary delay and to minimize the trauma experienced by child victims during judicial proceedings.

Throughout the trial, the identity and privacy of the child must be protected. The court is expected to adopt a child-friendly approach while ensuring a fair trial in accordance with the principles of justice. The Special Court balances the rights of both the child victim and the accused while delivering its judgment in accordance with law.

Legal Reference

- **Section 28 of the Protection of Children from Sexual Offences (POCSO) Act, 2012 – Designation of Special Courts.**

சாட்சியம்

தேவையற்ற அல்லது அவமானப்படுத்தும் கேள்விகள் கேட்கப்படக் கூடாது. நீதிமன்றம் குழந்தையின் வயது, மனநிலை மற்றும் புரிந்துகொள்ளும் திறனை கருத்தில் கொண்டு சாட்சியத்தை பதிவு செய்ய வேண்டும்.

குழந்தையின் அடையாளம் மற்றும் தனியுரிமை முழுமையாக பாதுகாக்கப்பட வேண்டும். குழந்தை தன்னம்பிக்கையுடனும், பாதுகாப்பாகவும் தனது வாக்குமூலத்தை வழங்கும் சூழலை உருவாக்குவது நீதிமன்றத்தின் முக்கிய பொறுப்பாகும்.

Legal Reference

Sections 33, 35 and 36 of the Protection of Children from Sexual Offences (POCSO) Act, 2012.

EVIDENCE

The testimony of a child is an important piece of evidence in proceedings under the POCSO Act. While recording evidence, the court must ensure that the child is not subjected to fear, intimidation, or unnecessary trauma. The child should not be asked humiliating or inappropriate questions.

The court should record the evidence after considering the child's age, mental condition, and level of understanding. The identity and privacy of the child must be strictly protected throughout the proceedings. It is the responsibility of the court to create an atmosphere in which the child can testify safely and confidently.

Legal Reference

- **Sections 33, 35 and 36 of the Protection of Children from Sexual Offences (POCSO) Act, 2012.**

விசாரணை காலவரையறை

போக்சோ சட்டத்தின் நோக்கம் குழந்தைகளுக்கு விரைவான நீதியை வழங்குவதாகும். எனவே, குழந்தைக்கு எதிரான பாலியல் குற்ற வழக்குகள் தேவையற்ற காலதாமதமின்றி விசாரிக்கப்பட வேண்டும். சாட்சியங்களை விரைவாக பதிவு செய்து, விசாரணையை முடிந்தவரை குறுகிய காலத்திற்குள் நிறைவு செய்ய நீதிமன்றம் முயற்சி மேற்கொள்ள வேண்டும்.

வழக்கின் தன்மை மற்றும் சூழ்நிலைகளை கருத்தில் கொண்டு விரைவான நீதியை வழங்குவது

சட்டத்தின் முக்கிய நோக்கங்களில் ஒன்றாகும். காலதாமதம் குழந்தையின் மனநலனையும் எதிர்காலத்தையும் பாதிக்கக்கூடியதால், அனைத்து அதிகாரிகளும் விரைந்து செயல்பட வேண்டும்.

Legal Reference

- **Section 35 of the Protection of Children from Sexual Offences (POCSO) Act, 2012.**

TIME LIMIT FOR TRIAL

One of the principal objectives of the POCSO Act is to ensure speedy justice for child victims. Proceedings relating to offences against children should therefore be conducted without unnecessary delay.

The court should make every effort to record evidence promptly and complete the trial within the time frame contemplated by law, subject to the facts and circumstances of each case. Timely disposal of cases helps reduce trauma to the child and strengthens public confidence in the justice delivery system.

Legal Reference

- **Section 35 of the Protection of Children from Sexual Offences (POCSO) Act, 2012.**

பாதிக்கப்பட்ட குழந்தையின் பாதுகாப்பு

போக்சோ சட்டத்தின் அடிப்படை நோக்கம் பாதிக்கப்பட்ட குழந்தையின் பாதுகாப்பு, தனியுரிமை மற்றும் நலனை உறுதி செய்வதாகும். நீதிமன்ற விசாரணையின் அனைத்து நிலைகளிலும் குழந்தையின் அடையாளம் ரகசியமாகப் பாதுகாக்கப்பட வேண்டும். குழந்தை மீண்டும் மன

உளைச்சலுக்கு ஆளாகாமல் இருக்க தேவையான அனைத்து பாதுகாப்பு நடவடிக்கைகளும் மேற்கொள்ளப்பட வேண்டும்.

தேவையான சமயங்களில் உளவியல் ஆலோசனை, மருத்துவ உதவி, சட்ட உதவி மற்றும் ஆதரவு நபரின் உதவி வழங்கப்படலாம். குழந்தையின் சிறந்த நலனே ஒவ்வொரு நீதிமன்ற நடவடிக்கையிலும் முதன்மையான கருத்தாக இருக்க வேண்டும் என்பது போக்சோ சட்டத்தின் அடிப்படைக் கொள்கையாகும்.

Legal Reference

Sections 33 and 37 of the Protection of Children from Sexual Offences (POCSO) Act, 2012.

Rules 4 and 9 of the Protection of Children from Sexual Offences Rules, 2020.

PROTECTION OF THE CHILD VICTIM

The fundamental objective of the POCSO Act is to safeguard the safety, dignity, privacy, and well-being of every child victim. Throughout the judicial process, the identity of the child must remain confidential, and all necessary measures should be taken to prevent further trauma.

Where required, the child may be provided with psychological counselling, medical care, legal assistance, and the support of a designated support person. The best interests of the child must remain the primary consideration at every stage of the judicial proceedings.

Legal Reference

- Sections 33 and 37 of the Protection of Children from Sexual Offences (POCSO) Act, 2012.
- Rules 4 and 9 of the Protection of Children from Sexual Offences Rules, 2020.

பல்வேறு குற்றங்களுக்கான தண்டனைகள்

போக்சோ சட்டம் குழந்தைகளுக்கு எதிராக நடைபெறும் பல்வேறு பாலியல் குற்றங்களுக்கு அவற்றின் தன்மை மற்றும் தீவிரத்திற்கேற்ப தனித்தனி தண்டனைகளை வகுத்துள்ளது. பாலியல் தொந்தரவு, பாலியல் தாக்குதல், தீவிர பாலியல் தாக்குதல், குழந்தைகளை பாலியல் சுரண்டலுக்கு பயன்படுத்துதல் மற்றும் குழந்தை ஆபாசப் பொருட்கள் தொடர்பான குற்றங்கள் ஆகிய அனைத்திற்கும் சட்டத்தில் தனித்தனி தண்டனை விதிகள் உள்ளன.

குற்றத்தின் சூழ்நிலை, பாதிக்கப்பட்ட குழந்தையின் வயது, குற்றம் நடைபெற்ற விதம் மற்றும் குற்றவாளியின் செயல்பாடு போன்ற அம்சங்களை நீதிமன்றம் கருத்தில் கொண்டு தண்டனையை நிர்ணயிக்கிறது. இத்தண்டனைகளின் நோக்கம் குற்றவாளிகளை தண்டிப்பதோடு மட்டுமல்லாமல், குழந்தைகளுக்கு எதிரான பாலியல் குற்றங்களைத் தடுப்பதும், சமூகத்தில் பாதுகாப்பு உணர்வை ஏற்படுத்துவதுமாகும்.

சட்டக் குறிப்பு

- போக்சோ சட்டம், 2012 பிரிவுகள் 8, 10, 12,

14, 15, 18, 20 மற்றும் தொடர்புடைய தண்டனைப் பிரிவுகள்.

PUNISHMENTS FOR VARIOUS OFFENCES

The POCSO Act prescribes different punishments depending upon the nature and gravity of the offence committed against a child. Separate penal provisions are provided for sexual harassment, sexual assault, aggravated sexual assault, using children for sexual exploitation, and offences relating to child sexual abuse material.

While determining the punishment, the court considers the facts of the case, the age of the child, the manner in which the offence was committed, and other relevant circumstances. The object of these punishments is not only to penalize offenders but also to deter crimes against children and ensure their safety and dignity.

Legal Reference

- **Sections 8, 10, 12, 14, 15, 18, 20 and other relevant penal provisions of the Protection of Children from Sexual Offences (POCSO) Act, 2012.**

பொய்யான புகார் தொடர்பான சட்டம்

குழந்தைகளை பாதுகாப்பதே போக்சோ சட்டத்தின் முதன்மை நோக்கமாக இருந்தாலும், வேண்டுமென்றே பொய்யான குற்றச்சாட்டுகளை உருவாக்கி ஒருவரை சிக்கவைக்க சட்டம் அனுமதிப்பதில்லை. தீங்கிழைக்கும் நோக்கத்துடன் பொய்யான புகார் அளிப்பது அல்லது பொய்யான

தகவல்களை வழங்குவது சட்டத்தின் கீழ் குற்றமாகக் கருதப்படலாம்.

அதே நேரத்தில், நல்ல நம்பிக்கையுடன் குழந்தையின் பாதுகாப்பிற்காக அளிக்கப்பட்ட புகார் பின்னர் நிரூபிக்கப்படவில்லை என்பதற்காக மட்டும் புகார் அளித்தவர் மீது நடவடிக்கை எடுக்க முடியாது. எனவே, உண்மையான தகவல்களை பொறுப்புடன் வழங்குவது ஒவ்வொரு குடிமகனின் கடமையாகும்.

சட்டக் குறிப்பு

போக்சோ சட்டம், 2012 பிரிவு 22 (பொய்யான புகார் மற்றும் பொய்யான தகவல்).

LAW RELATING TO FALSE COMPLAINTS

Although the primary objective of the POCSO Act is to protect children, the law does not permit malicious or intentionally false accusations against any person. Knowingly making a false complaint or furnishing false information with malicious intent may constitute an offence under the Act.

However, a complaint made in good faith for the protection of a child does not attract liability merely because the allegation could not ultimately be proved. Therefore, every complaint should be made responsibly and based on genuine information.

Legal Reference

- **Section 22 of the Protection of Children from Sexual Offences (POCSO) Act, 2012 – Punishment for false complaint or false information.**

குற்றத்தை மறைத்தால் என்ன?

போக்சோ சட்டத்தின் கீழ் குழந்தைக்கு எதிரான பாலியல் குற்றம் நடைபெற்றது தெரிந்தும் அல்லது அதுகுறித்த தகவல் கிடைத்தும், அதனை உரிய அதிகாரிகளிடம் தெரிவிக்காமல் மறைப்பது சட்டப்படி கடுமையான விளைவுகளை ஏற்படுத்தக்கூடும். குழந்தையின் பாதுகாப்பை உறுதி செய்வதற்காக, இதுபோன்ற குற்றங்கள் குறித்து தகவல் அறிந்தவர்கள் உடனடியாக காவல்துறை அல்லது சம்பந்தப்பட்ட அதிகாரியிடம் தெரிவிக்க வேண்டும்.

குற்றத்தை மறைப்பது அல்லது தகவல் தெரிவிக்கத் தவறுவது, சட்டத்தில் குறிப்பிடப்பட்டுள்ள சூழ்நிலைகளில் தண்டனைக்குரிய செயலாக இருக்கலாம். எனவே, குழந்தையின் நலனை முன்னிறுத்தி உடனடியாக தகவல் அளிப்பது ஒவ்வொரு குடிமகனின் சட்ட மற்றும் சமூகப் பொறுப்பாகும்.

சட்டக் குறிப்பு

போக்சோ சட்டம், 2012 பிரிவு 19 (கட்டாய தகவல் தெரிவிக்கும் கடமை).

போக்சோ சட்டம், 2012 பிரிவு 21 (தகவல் தெரிவிக்கத் தவறியதற்கான தண்டனை).

WHAT HAPPENS IF AN OFFENCE IS CONCEALED?

Under the POCSO Act, any person who has knowledge of, or reasonable apprehension regarding, the commission of a sexual offence against a child is expected to report it to the appropriate authorities. Failure to report such information or deliberately concealing the commission of an offence may attract legal consequences in the circumstances specified under the Act.

The law places a collective responsibility upon society to ensure the safety and protection of children by promptly reporting offences to the police or other competent authorities.

Legal Reference

- **Section 19 of the Protection of Children from Sexual Offences (POCSO) Act, 2012 – Mandatory reporting of offences.**
- **Section 21 of the Protection of Children from Sexual Offences (POCSO) Act, 2012 – Punishment for failure to report or record a case.**

பள்ளிகளின் பொறுப்புகள்

குழந்தைகள் பாதுகாப்பாகவும், அச்சமின்றியும் கல்வி கற்கும் சூழலை உருவாக்குவது ஒவ்வொரு பள்ளியின் அடிப்படைப் பொறுப்பாகும். போக்சோ சட்டத்தின் நோக்கங்களின்படி, பள்ளி நிர்வாகம் மாணவர்களுக்கு பாதுகாப்பான வளாகத்தை உறுதி செய்ய வேண்டும். குழந்தைகளுக்கு எதிரான பாலியல் துன்புறுத்தல் அல்லது சந்தேகத்திற்கிடமான எந்தச்

சம்பவமும் தெரியவந்தால், அதனை உடனடியாக சம்பந்தப்பட்ட அதிகாரிகளுக்கு தெரிவிக்க வேண்டும்.

மாணவர்களிடம் குழந்தைகள் பாதுகாப்பு, நல்ல தொடுதல்தவறான தொடுதல், இணையப் பாதுகாப்பு மற்றும் தனிப்பட்ட பாதுகாப்பு குறித்த விழிப்புணர்வு நிகழ்ச்சிகளை தொடர்ந்து நடத்த வேண்டும். ஆசிரியர்கள் மற்றும் பணியாளர்களுக்கு குழந்தைகளுடன் மரியாதையுடனும் பொறுப்புடனும் நடந்து கொள்வது குறித்து பயிற்சிகள் வழங்கப்பட வேண்டும். குழந்தையின் நலன் மற்றும் பாதுகாப்பே பள்ளியின் முதன்மையான பொறுப்பாக இருக்க வேண்டும்.

சட்டக் குறிப்பு

போக்சோ சட்டம், 2012 பிரிவுகள் 19 மற்றும் 21.
போக்சோ விதிகள், 2020 விதி 9.

RESPONSIBILITIES OF SCHOOLS

Every school has a fundamental responsibility to provide a safe, secure, and child-friendly learning environment. In accordance with the objectives of the POCSO Act, school authorities must take appropriate measures to protect children from sexual abuse and exploitation. If any incident or suspicion of a sexual offence against a child comes to the notice of the school, it should be reported immediately to the appropriate authorities.

Schools should regularly conduct awareness programmes on child safety, good touch and bad touch, online safety, and personal safety. Teachers and staff should also receive appropriate training on child protection and professional conduct. The safety and welfare of every child must remain the highest priority of every educational institution.

Legal Reference

- **Sections 19 and 21 of the Protection of Children from Sexual Offences (POCSO) Act, 2012.**
- **Rule 9 of the Protection of Children from Sexual Offences Rules, 2020.**

பெற்றோரின் பொறுப்புகள்

குழந்தையின் முதல் பாதுகாவலர்களாக பெற்றோர்கள் மிக முக்கியமான பங்கை வகிக்கின்றனர். குழந்தைகளுடன் அன்பாகவும், நம்பிக்கையுடனும் உரையாடி, அவர்களின் அன்றாட வாழ்க்கை, நண்பர்கள், பள்ளி மற்றும் இணையப் பயன்பாடு குறித்து தொடர்ந்து கவனம் செலுத்த வேண்டும். குழந்தைகளுக்கு உடல் பாதுகாப்பு, நல்ல தொடுதல்தவறான தொடுதல், அந்நியர்களிடம் எச்சரிக்கை மற்றும் இணையத்தின் பாதுகாப்பான பயன்பாடு குறித்து வயதுக்கேற்ற முறையில் விழிப்புணர்வு ஏற்படுத்த வேண்டும்.

குழந்தையின் நடத்தையில் திடீர் மாற்றங்கள், பயம் அல்லது மன அழுத்தம் போன்ற அறிகுறிகள் தென்பட்டால், அவற்றை அலட்சியப்படுத்தாமல் தேவையான உதவிகளைப் பெற வேண்டும். குழந்தை பாதுகாப்பான குடும்பச் சூழலில் வளர்வதை உறுதி செய்வது பெற்றோரின் மிக உயர்ந்த பொறுப்பாகும்.

சட்டக் குறிப்பு

போக்சோ சட்டம், 2012 பிரிவு 19.

போக்சோ விதிகள், 2020 விதி 4.

RESPONSIBILITIES OF PARENTS

Parents are the primary protectors of their children and play a crucial role in preventing child sexual abuse. They should maintain open communication with their children and remain aware of their daily activities, friendships, school environment, and online behaviour. Children should be educated in an age-appropriate manner about body safety, good touch and bad touch, stranger awareness, and safe use of the internet.

Any sudden behavioural changes, fear, anxiety, or emotional distress shown by a child should never be ignored, and appropriate assistance should be sought whenever necessary. Ensuring that a child grows up in a safe and supportive family environment is one of the greatest responsibilities of every parent.

Legal Reference

- **Section 19 of the Protection of Children from Sexual Offences (POCSO) Act, 2012.**
- **Rule 4 of the Protection of Children from Sexual Offences Rules, 2020.**

ஆசிரியர்களின் பொறுப்புகள்

ஆசிரியர்கள் குழந்தைகளின் நம்பிக்கையைப் பெறும் முக்கியமான நபர்களாக இருப்பதால், அவர்களிடம் குழந்தைகள் பாதுகாப்பு குறித்த கூடுதல் பொறுப்பு உள்ளது. மாணவர்களின் உடல் மற்றும் மனநலனை பாதிக்கும் எந்தவொரு அறிகுறியையும் கவனித்து, தேவையானபோது உடனடியாக பள்ளி நிர்வாகத்திற்கும் சம்பந்தப்பட்ட அதிகாரிகளுக்கும் தகவல் தெரிவிக்க வேண்டும்.

குழந்தைகளின் தனியுரிமையை மதித்து, மரியாதையுடனும் பாரபட்சமின்றியும் நடத்த வேண்டும். பாலியல் துன்புறுத்தல் தொடர்பான விழிப்புணர்வை மாணவர்களிடம் ஏற்படுத்துவதிலும், பாதுகாப்பான கல்விச் சூழலை உருவாக்குவதிலும் ஆசிரியர்களின் பங்கு மிகவும் முக்கியமானதாகும்.

சட்டக் குறிப்பு

போக்சோ சட்டம், 2012 பிரிவுகள் 19 மற்றும் 21.
போக்சோ விதிகள், 2020 விதி 9.

RESPONSIBILITIES OF TEACHERS

Teachers occupy a position of trust and therefore have an important responsibility to protect children from abuse and exploitation. They should remain attentive to signs of physical, emotional, or behavioural distress among students and report any suspected offence to the school authorities and the appropriate legal authorities without delay. Teachers must respect the dignity and privacy of every child and treat all students fairly and without discrimination.

They also play a significant role in educating children about personal safety and in creating a safe, respectful, and supportive educational environment.

Legal Reference

- **Sections 19 and 21 of the Protection of Children from Sexual Offences (POCSO) Act, 2012.**
- **Rule 9 of the Protection of Children from Sexual Offences Rules, 2020.**

சமூகத்தின் பங்கு

குழந்தைகளை பாதுகாப்பது அரசு அல்லது குடும்பத்தின் பொறுப்பு மட்டுமல்ல; அது முழு சமூகத்தின் கூட்டுப் பொறுப்பாகும். குழந்தைகளுக்கு எதிரான பாலியல் குற்றங்கள் குறித்து விழிப்புணர்வை ஏற்படுத்துதல், சந்தேகத்திற்கிடமான சம்பவங்களை உடனடியாக அதிகாரிகளுக்கு தெரிவிப்பது, பாதிக்கப்பட்ட குழந்தைகளையும் அவர்களின் குடும்பத்தினரையும் சமூக ரீதியாக ஆதரிப்பது போன்றவை ஒவ்வொரு குடிமகனின் கடமையாகும்.

குழந்தைகளை அவமானப்படுத்தாமல், அவர்களின் தனியுரிமையை மதித்து, பாதுகாப்பான சூழலை உருவாக்க சமூக அமைப்புகள், தன்னார்வத் தொண்டு நிறுவனங்கள், ஊடகங்கள் மற்றும் பொதுமக்கள் இணைந்து செயல்பட வேண்டும். குழந்தைகள் பாதுகாப்பாக வளரக்கூடிய சமூகத்தை உருவாக்குவது அனைவரின் பொறுப்பாகும்.

சட்டக் குறிப்பு

போக்சோ சட்டம், 2012 பிரிவுகள் 19 மற்றும் 21.
போக்சோ விதிகள், 2020 விதிகள் 4 மற்றும் 9.

ROLE OF SOCIETY

Protecting children is not only the responsibility of the Government or the family but also a collective responsibility of society. Every citizen should help create awareness about child protection, promptly report suspected offences to the appropriate authorities, and extend support to child victims and their families without causing stigma or discrimination.

Community organisations, non-governmental organisations, educational institutions, the media, and the public should work together to create an environment where children can live and grow in safety, dignity, and confidence.

Legal Reference

- **Sections 19 and 21 of the Protection of Children from Sexual Offences (POCSO) Act, 2012.**
- **Rules 4 and 9 of the Protection of Children from Sexual Offences Rules, 2020.**

உச்சநீதிமன்ற தீர்ப்புகள்

போக்சோ சட்டத்தின் பல்வேறு பிரிவுகளுக்கு விளக்கம் அளிப்பதிலும், குழந்தைகளின் உரிமைகளை பாதுகாப்பதிலும், சட்டத்தின் நோக்கத்தை உறுதிப்படுத்துவதிலும் இந்திய உச்சநீதிமன்றம் பல முக்கிய தீர்ப்புகளை வழங்கியுள்ளது. இந்தத்

தீர்ப்புகள் மூலம் குழந்தையின் சிறந்த நலனே (Best Interest of the Child) அனைத்து நடவடிக்கைகளிலும் முதன்மையாகக் கருதப்பட வேண்டும் என்ற கொள்கை வலியுறுத்தப்பட்டுள்ளது.

குழந்தையின் சாட்சியத்தை மதிப்பீடு செய்வது, குழந்தையின் அடையாளத்தை ரகசியமாகப் பாதுகாப்பது, குழந்தை நட்பு விசாரணை முறையைப் பின்பற்றுவது மற்றும் தேவையற்ற காலதாமதமின்றி விசாரணையை முடிப்பது போன்ற அம்சங்கள் பல தீர்ப்புகளில் வலியுறுத்தப்பட்டுள்ளன. மேலும், போக்சோ சட்டத்தின் நோக்கம் குழந்தைகளை முழுமையாக பாதுகாப்பதாகும் என்பதையும், சட்டத்தின் விதிகளை குறுகிய பொருளில் அல்லாமல், குழந்தைகளின் நலனை முன்னிறுத்தி விரிவாகப் பொருள் கொள்ள வேண்டும் என்பதையும் உச்சநீதிமன்றம் பல தீர்ப்புகளில் எடுத்துரைத்துள்ளது.

சட்டக் குறிப்பு

போக்சோ சட்டம், 2012 பிரிவுகள் 29, 30, 33, 35, 37.

SUPREME COURT JUDGMENTS

The Supreme Court of India has delivered several landmark judgments interpreting the provisions of the POCSO Act and strengthening the protection of children's rights. These decisions emphasize that the best interests of the child must remain the primary consideration throughout every stage of the criminal justice process. The Court has repeatedly highlighted the importance of maintaining the confidentiality of the child's identity, adopting child-friendly procedures, appreciating the testimony of child victims with due care, and ensuring speedy disposal of POCSO cases.

The Supreme Court has also clarified that the provisions of the Act should be interpreted in a manner that advances the object of protecting children from sexual offences.

Legal Reference

- **Sections 29, 30, 33, 35 and 37 of the Protection of Children from Sexual Offences (POCSO) Act, 2012.**

உயர்நீதிமன்ற தீர்ப்புகள்

இந்தியாவின் பல்வேறு உயர்நீதிமன்றங்கள் போக்சோ சட்டத்தின் பல அம்சங்கள் தொடர்பாக முக்கியமான தீர்ப்புகளை வழங்கியுள்ளன. ஒவ்வொரு வழக்கின் தனிப்பட்ட உண்மைகள் மற்றும் சூழ்நிலைகளின் அடிப்படையில் சட்டத்தின் விளக்கம் வழங்கப்பட்டுள்ளதுடன், குழந்தைகளின் பாதுகாப்பு, தனியுரிமை மற்றும் மரியாதை ஆகியவை எந்த நிலையிலும் பாதிக்கப்படக் கூடாது என்று நீதிமன்றங்கள் வலியுறுத்தியுள்ளன.

விசாரணை நடைமுறைகள், சாட்சியங்களின் மதிப்பீடு, மருத்துவ ஆதாரங்களின் முக்கியத்துவம், குழந்தை நட்பு அணுகுமுறை மற்றும் சட்டத்தின் சரியான பயன்பாடு ஆகியவற்றில் உயர்நீதிமன்ற தீர்ப்புகள் குறிப்பிடத்தக்க வழிகாட்டுதல்களை வழங்குகின்றன. இத்தீர்ப்புகள் கீழமை

நீதிமன்றங்களுக்கும் விசாரணை அமைப்புகளுக்கும் நடைமுறை வழிகாட்டியாக விளங்குகின்றன.

சட்டக் குறிப்பு

- **போக்சோ சட்டம், 2012 பிரிவுகள் 24, 26, 29, 33, 35 மற்றும் 37.**

HIGH COURT JUDGMENTS

Various High Courts across India have delivered significant judgments interpreting different provisions of the POCSO Act. These decisions provide guidance on the application of the law based on the facts and circumstances of individual cases while consistently emphasizing the protection of the child's dignity, privacy, and welfare.

High Court judgments have clarified issues relating to investigation, appreciation of evidence, medical examination, child-friendly procedures, and the proper interpretation of statutory provisions. These decisions also serve as valuable guidance for trial courts and investigating agencies.

Legal Reference

- **Sections 24, 26, 29, 33, 35 and 37 of the Protection of Children from Sexual Offences (POCSO) Act, 2012.**

நடைமுறையில் ஏற்பட்ட மாற்றங்கள்

போக்சோ சட்டம் அமலுக்கு வந்த பிறகு குழந்தைகளுக்கு எதிரான பாலியல் குற்றங்களை விசாரிக்கும் மற்றும் நீதிமன்றத்தில் நடத்தும் நடைமுறைகளில் பல முக்கிய மாற்றங்கள் ஏற்பட்டுள்ளன. குழந்தை நட்பு விசாரணை முறை, சிறப்பு நீதிமன்றங்கள், விரைவான விசாரணை,

குழந்தையின் அடையாளத்தை ரகசியமாகப் பாதுகாப்பது, ஆதரவு நபர் (Support Person) நியமித்தல், உளவியல் ஆலோசனை வழங்குதல் மற்றும் போக்சோ விதிகள், 2020 மூலம் கொண்டு வரப்பட்ட பாதுகாப்பு நடவடிக்கைகள் ஆகியவை குழந்தைகளின் உரிமைகளை மேலும் வலுப்படுத்தியுள்ளன. நீதிமன்றங்களின் முக்கிய தீர்ப்புகளும் சட்டத்திருத்தங்களும் இணைந்து, குழந்தைகளுக்கு பாதுகாப்பான நீதிமுறை அமைப்பை உருவாக்குவதில் முக்கிய பங்காற்றியுள்ளன.

சட்டக் குறிப்பு

போக்சோ சட்டம், 2012 பிரிவுகள் 24, 28, 33, 35, 37.

போக்சோ விதிகள், 2020 விதிகள் 4, 9 மற்றும் தொடர்புடைய விதிகள்.

CHANGES IN PRACTICE

Since the enactment of the POCSO Act, significant reforms have been introduced in the investigation and trial of child sexual offence cases. These include child-friendly investigation procedures, establishment of Special Courts, speedy trials, protection of the child's identity, appointment of support persons, access to counselling services, and additional safeguards introduced through the POCSO Rules, 2020.

Judicial pronouncements and legislative developments have together strengthened the legal framework for protecting children and ensuring a more sensitive and effective justice delivery system.

Legal Reference

- **Sections 24, 28, 33, 35 and 37 of the Protection of Children from Sexual Offences (POCSO) Act, 2012.**
- **Rules 4, 9 and other relevant provisions of the Protection of Children from Sexual Offences Rules, 2020.**

குழந்தை பாதிக்கப்பட்டால் என்ன செய்ய வேண்டும்?

ஒரு குழந்தை பாலியல் குற்றத்தால் பாதிக்கப்பட்டுள்ளதாக தெரியவந்தால், முதலில் குழந்தையின் உடல் மற்றும் மனப் பாதுகாப்பை உறுதி செய்ய வேண்டும். குழந்தையை அமைதிப்படுத்தி, அச்சமோ குற்ற உணர்ச்சியோ ஏற்படாத வகையில் ஆறுதல் கூற வேண்டும். குழந்தையை குற்றம் சாட்டவோ, மிரட்டவோ அல்லது நடந்த சம்பவத்தை

மீண்டும் மீண்டும் கூறுமாறு வற்புறுத்தவோ கூடாது. உடனடியாக அருகிலுள்ள காவல் நிலையம் அல்லது சம்பந்தப்பட்ட அதிகாரியிடம் தகவல் தெரிவித்து, முதல் தகவல் அறிக்கை (FIR) பதிவு செய்ய நடவடிக்கை எடுக்க வேண்டும்.

தேவையானால் குழந்தையை உடனடியாக மருத்துவமனைக்கு அழைத்துச் சென்று மருத்துவ பரிசோதனை மற்றும் சிகிச்சை பெறச் செய்ய வேண்டும். குழந்தையின் தனியுரிமை மற்றும் அடையாளம் முழுமையாக பாதுகாக்கப்பட வேண்டும். தேவையானபோது உளவியல் ஆலோசனை மற்றும் சட்ட உதவியும் ஏற்பாடு செய்யப்பட வேண்டும். குழந்தையின் நலனே ஒவ்வொரு நடவடிக்கையிலும் முதன்மையான கருத்தாக இருக்க வேண்டும்.

சட்டக் குறிப்பு

போக்சோ சட்டம், 2012 பிரிவுகள் 19, 24, 27 மற்றும் 33.

போக்சோ விதிகள், 2020 விதிகள் 4 மற்றும் 9.

WHAT SHOULD BE DONE IF A CHILD IS A VICTIM?

If it is suspected or discovered that a child has been subjected to a sexual offence, the first priority should be to ensure the child's physical and emotional safety. The child should be comforted and reassured without creating fear, guilt, or shame. The child should never be blamed, threatened, or repeatedly questioned about the incident. The matter should be reported immediately to the nearest police station or the appropriate authority so that a First Information Report (FIR) can be registered.

Where necessary, the child should receive immediate medical examination and treatment. The child's identity and privacy must be protected at every stage. Psychological counselling and legal assistance should also be arranged whenever required. The best interests and welfare of the child must remain the primary consideration throughout the process.

Legal Reference

- **Sections 19, 24, 27 and 33 of the Protection of Children from Sexual Offences (POCSO) Act, 2012.**
- **Rules 4 and 9 of the Protection of Children from Sexual Offences Rules, 2020.**

என்ன செய்யக்கூடாது?

குழந்தை பாலியல் குற்றத்தால் பாதிக்கப்பட்ட பிறகு சில தவறுகளை எந்த நிலையிலும் செய்யக் கூடாது. குழந்தையை குற்றவாளியாகக் கருதும் வகையில் பேசக் கூடாது. நடந்த சம்பவத்தை பலமுறை விவரிக்கும்படி வற்புறுத்தக் கூடாது.

குழந்தையின் பெயர், புகைப்படம் அல்லது அவரை அடையாளம் காணக்கூடிய எந்த விவரத்தையும் சமூக ஊடகங்கள், ஊடகங்கள் அல்லது பொதுமக்கள் மத்தியில் வெளியிடக் கூடாது. குற்றத்தை சமரசம் செய்ய முயற்சிக்கவோ, புகார் அளிக்க வேண்டாம் என்று அழுத்தம் கொடுக்கவோ கூடாது. ஆதாரங்களை அழிக்கவோ, மாற்றவோ அல்லது மறைக்கவோ கூடாது. குழந்தையின்

மனநிலையை மேலும் பாதிக்கும் வகையில் எந்தவொரு செயலிலும் ஈடுபடாமல், சட்டப்படி உரிய நடைமுறைகளை மட்டும் பின்பற்ற வேண்டும்.

சட்டக் குறிப்பு

போக்சோ சட்டம், 2012 பிரிவுகள் 19, 23 மற்றும் 33.

WHAT SHOULD NOT BE DONE?

Certain actions must be strictly avoided after a child has been subjected to a sexual offence. The child should never be blamed or made to feel responsible for the incident. The child should not be forced to repeatedly narrate the incident.

The identity of the child, including the child's name, photograph, or any information that may reveal the child's identity, must never be disclosed through the media, social media, or any public platform. No attempt should be made to suppress the complaint or compel the child or family to compromise. Evidence should never be destroyed, altered, or concealed. Every step should be taken in accordance with the law while protecting the child's dignity and emotional well-being.

Legal Reference

- **Sections 19, 23 and 33 of the Protection of Children from Sexual Offences (POCSO) Act, 2012.**

ஆதாரங்களை பாதுகாப்பது

போக்சோ வழக்குகளில் ஆதாரங்களை பாதுகாப்பது மிகவும் முக்கியமானதாகும். சம்பவம் நடைபெற்ற இடம், குழந்தை அணிந்திருந்த உடைகள், மின்னணு சாதனங்களில் உள்ள தகவல்கள், குறுந்தகவல்கள், புகைப்படங்கள், காணொளிகள் அல்லது பிற தொடர்புடைய பொருட்கள் ஆகியவை விசாரணையில் முக்கிய ஆதாரங்களாக இருக்கலாம்.

எனவே, அவற்றை அழிக்கவோ, மாற்றவோ அல்லது சேதப்படுத்தவோ கூடாது. தேவையான அனைத்து ஆதாரங்களும் காவல்துறையிடம் ஒப்படைக்கப்பட வேண்டும். மின்னணு ஆதாரங்கள் பாதுகாப்பாக சேமிக்கப்பட வேண்டும். ஆதாரங்களை முறையாகப் பாதுகாப்பது உண்மையை நீதிமன்றத்தில் நிரூபிக்க உதவுவதோடு, குற்றவாளிக்கு எதிராக உரிய சட்ட நடவடிக்கை எடுக்கவும் உதவுகிறது.

சட்டக் குறிப்பு

போக்சோ சட்டம், 2012 பிரிவுகள் 19, 24 மற்றும் 27.

பாரதிய சாட்சிய அதிநியம், 2023 மின்னணு ஆதாரங்கள் தொடர்பான பொருந்தக்கூடிய விதிகள்.

PRESERVATION OF EVIDENCE

Preserving evidence is extremely important in cases under the POCSO Act. The place of occurrence, the child's clothing, electronic devices, text messages, photographs, videos, and other relevant materials may serve as valuable evidence during investigation and trial. Such evidence should never be destroyed, altered, or tampered with.

All relevant materials should be handed over to the investigating authorities. Digital evidence should be securely preserved to maintain its integrity. Proper preservation of evidence helps establish the truth before the court and facilitates effective prosecution of the offender.

Legal Reference

- **Sections 19, 24 and 27 of the Protection of Children from Sexual Offences (POCSO) Act, 2012.**
- **Relevant provisions relating to electronic evidence under the Bharatiya Sakshya Adhiniyam, 2023.**

சட்ட உதவி பெறுவது எப்படி?

குழந்தை அல்லது அவரது குடும்பத்தினர் பொருளாதார வசதி இல்லாத காரணத்தால் சட்ட உதவியை இழக்க வேண்டிய அவசியமில்லை. இந்தியாவில் மாவட்ட சட்டப்பணிகள் ஆணையம் (DLSA), மாநில சட்டப்பணிகள் ஆணையம் (SLSA) மற்றும் தேசிய சட்டப்பணிகள் ஆணையம் (NALSA) ஆகியவை தகுதியான நபர்களுக்கு இலவச சட்ட உதவியை வழங்குகின்றன.

தேவையானபோது வழக்கறிஞர் நியமனம், ஆலோசனை, நீதிமன்ற நடைமுறைகள் மற்றும் பிற சட்ட உதவிகளைப் பெறலாம். மேலும், குழந்தைகள் நலக்குழு (Child Welfare Committee), காவல்துறை, மாவட்ட குழந்தைகள் பாதுகாப்பு அலகு மற்றும் சம்பந்தப்பட்ட அரசு அதிகாரிகளின் உதவியையும் பெறலாம். சட்ட உதவியை விரைவாகப் பெறுவது குழந்தையின் உரிமைகளையும் நீதியையும் பாதுகாப்பதில் முக்கிய பங்காற்றுகிறது.

சட்டக் குறிப்பு

சட்டப்பணிகள் ஆணையங்கள் சட்டம், 1987.
போக்சோ சட்டம், 2012 பிரிவு 40.
போக்சோ விதிகள், 2020 விதிகள் 4 மற்றும் 9.

HOW TO OBTAIN LEGAL ASSISTANCE

A child or the child's family should not be denied access to justice because of financial constraints. In India, free legal aid is available through the District Legal Services Authority (DLSA), the State Legal Services Authority (SLSA), and the National Legal Services Authority (NALSA) for eligible persons. Legal assistance may include appointment of an advocate, legal advice, representation before the court, and other necessary legal services.

Assistance may also be obtained from the Child Welfare Committee, the police, the District Child Protection Unit, and other competent authorities. Timely legal assistance plays a vital role in protecting the rights of the child and ensuring access to justice.

Legal Reference

- **Legal Services Authorities Act, 1987.**
- **Section 40 of the Protection of Children from Sexual Offences (POCSO) Act, 2012.**
- **Rules 4 and 9 of the Protection of Children from Sexual Offences Rules, 2020.**

பொதுமக்கள் அடிக்கடி கேட்கும் கேள்விகள்

போக்சோ சட்டம் குறித்து பொதுமக்களிடையே பல்வேறு சந்தேகங்கள் எழுவது இயல்பானதாகும். அவற்றில் அடிக்கடி கேட்கப்படும் சில கேள்விகளுக்கான விளக்கங்கள் பின்வருமாறு வழங்கப்பட்டுள்ளன.

கேள்வி: போக்சோ சட்டம் யாருக்குப் பொருந்தும்?
பதில்: பதினெட்டு வயதிற்குக் குறைவான அனைத்து குழந்தைகளுக்கும் இந்தச் சட்டம் பொருந்தும்.

கேள்வி: குழந்தை சம்மதம் தெரிவித்திருந்தாலும் போக்சோ சட்டம் பொருந்துமா?
பதில்: ஆம். பதினெட்டு வயதிற்குக் குறைவான குழந்தையின் சம்மதத்தை போக்சோ சட்டம் சட்டரீதியாக அங்கீகரிப்பதில்லை.

கேள்வி: குழந்தைக்கு எதிரான பாலியல் குற்றம் குறித்து யார் புகார் அளிக்கலாம்?
பதில்: குழந்தை, பெற்றோர், பாதுகாவலர், ஆசிரியர், உறவினர் அல்லது சம்பவம் குறித்து அறிந்த எந்த

நபரும் புகார் அளிக்கலாம்.

கேள்வி: குழந்தையின் பெயர் மற்றும் புகைப்படத்தை வெளியிடலாமா?

பதில்: முடியாது. குழந்தையின் அடையாளத்தை வெளிப்படுத்தும் எந்தத் தகவலையும் வெளியிடுவது சட்டப்படி தடை செய்யப்பட்டுள்ளது.

கேள்வி: போக்சோ வழக்குகளில் ஜாமீன் கிடைக்குமா?

பதில்: ஒவ்வொரு வழக்கின் தன்மை, குற்றச்சாட்டு மற்றும் நீதிமன்றத்தின் மதிப்பீட்டின் அடிப்படையில் மட்டுமே ஜாமீன் வழங்கப்படுமா என்பது தீர்மானிக்கப்படும்.

கேள்வி: பொய்யான புகார் அளித்தால் என்ன ஆகும்?

பதில்: வேண்டுமென்றே தீங்கிழைக்கும் நோக்கத்துடன் பொய்யான புகார் அளித்தால், போக்சோ சட்டத்தின் கீழ் சட்ட நடவடிக்கை எடுக்கப்படலாம்.

சட்டக் குறிப்பு

போக்சோ சட்டம், 2012 பிரிவுகள் 2, 19, 22, 23, 24, 33 மற்றும் 40.

FREQUENTLY ASKED QUESTIONS

The following are some of the questions most commonly asked by members of the public regarding the POCSO Act.

Question: To whom does the POCSO Act apply?
Answer: The Act applies to every person below the age of eighteen years.

Question: Does the POCSO Act apply even if the child gave consent?
Answer: Yes. The consent of a person below eighteen years of age has no legal validity under the POCSO Act.

Question: Who can report an offence against a child?
Answer: A complaint may be made by the child, a parent, guardian, teacher, relative, or any person having knowledge of the offence.

Question: Can the identity of the child be disclosed?
Answer: No. The disclosure of any information that may reveal the identity of the child is prohibited by law.

Question: Is bail available in POCSO cases?
Answer: The grant of bail depends upon the facts of each case and the decision of the competent court in accordance with law.

Question: What happens if a false complaint is made?
Answer: A person who intentionally makes a false com-

plaint with malicious intent may be liable under the provisions of the POCSO Act.

Legal Reference

- **Sections 2, 19, 22, 23, 24, 33 and 40 of the Protection of Children from Sexual Offences (POCSO) Act, 2012.**

தவறான நம்பிக்கைகள் உண்மைகள்

போக்சோ சட்டம் குறித்து சமூகத்தில் பல தவறான நம்பிக்கைகள் நிலவுகின்றன. அவற்றை சட்டத்தின் அடிப்படையில் சரியாகப் புரிந்துகொள்வது மிகவும் அவசியமாகும்.

பலர், குழந்தை சம்மதம் தெரிவித்திருந்தால் அது குற்றமல்ல என்று கருதுகின்றனர். ஆனால் உண்மையில், பதினெட்டு வயதிற்குக் குறைவான குழந்தையின் சம்மதத்திற்கு சட்ட அங்கீகாரம் இல்லை.

சிலர், குடும்ப உறுப்பினர்கள் செய்தால் மட்டுமே போக்சோ சட்டம் பொருந்தும் என்று நினைக்கின்றனர். உண்மையில், எந்த நபர் செய்திருந்தாலும், குழந்தைக்கு எதிரான பாலியல் குற்றங்களுக்கு போக்சோ சட்டம் பொருந்தும்.

சிலர், புகார் அளிக்க பெற்றோர் மட்டுமே உரிமை பெற்றவர்கள் என்று கருதுகின்றனர். ஆனால், சம்பவத்தை அறிந்த எந்த நபரும் உரிய அதிகாரிகளிடம் புகார் அளிக்கலாம்.

மருத்துவ ஆதாரம் இல்லையெனில் வழக்கு நிரூபிக்க முடியாது என்ற நம்பிக்கையும் தவறானதாகும். மருத்துவ ஆதாரத்துடன் சேர்த்து

சாட்சியங்கள், மின்னணு ஆதாரங்கள் மற்றும் பிற சட்டப்பூர்வ ஆதாரங்களையும் நீதிமன்றம் பரிசீலிக்கும்.

போக்சோ வழக்குகள் அனைத்தும் பொய்யானவை என்ற கருத்தும் முற்றிலும் தவறானது. ஒவ்வொரு வழக்கும் தனித்தனியாக ஆதாரங்கள் மற்றும் சட்டத்தின் அடிப்படையில் நீதிமன்றத்தால் தீர்மானிக்கப்படுகிறது.

சட்டக் குறிப்பு

போக்சோ சட்டம், 2012 பிரிவுகள் 2, 19, 22, 23, 29, 30, 33 மற்றும் 40.

MYTHS AND FACTS

There are several misconceptions regarding the POCSO Act. Understanding the correct legal position is essential.

A common misconception is that consent given by a child makes the act lawful. In reality, the consent of a person below eighteen years of age has no legal validity under the POCSO Act.

Some people believe that the Act applies only when the offender is a family member. In fact, the Act applies to sexual offences committed against a child by any person.

Another misconception is that only parents can file a complaint. The law permits any person having knowledge of the offence to report it to the appropriate authorities.

It is also wrongly believed that a case cannot succeed without medical evidence. In reality, courts evaluate all legally admissible evidence, including the testimony of the child, documentary evidence, electronic evidence, and other relevant materials.

Another misconception is that every POCSO case is false. In law, every case is decided independently on the basis of the evidence produced before the court.

Legal Reference

- **Sections 2, 19, 22, 23, 29, 30, 33 and 40 of the Protection of Children from Sexual Offences (POCSO) Act, 2012.**

முக்கிய நீதிமன்ற தீர்ப்புகள் பட்டியல்
Important Judicial Decisions

1. Alakh Alok Srivastava v. Union of India.

2. Eera through Dr. Manjula Krippendorf v. State (NCT of Delhi).

3. Attorney General for India v. Satish and Another.

4. Independent Thought v. Union of India.

5. X v. State of Maharashtra
(தொடர்புடைய போக்சோ சட்டக் கொள்கைகள்).

போக்சோ சட்டம், 2012ன் கீழ் காவல்துறையின் கடமைகள்

குழந்தைகளுக்கு எதிரான பாலியல் குற்றங்களைத் தடுப்பதற்கும், பாதிக்கப்பட்ட குழந்தைகளுக்கு உடனடி பாதுகாப்பு மற்றும் நீதி கிடைப்பதை உறுதி செய்வதற்கும், போக்சோ சட்டம் காவல்துறைக்கு பல முக்கியமான பொறுப்புகளை வழங்கியுள்ளது. ஒவ்வொரு காவல் அதிகாரியும் குழந்தையின் சிறந்த நலன் (Best Interest of the Child), தனியுரிமை, மரியாதை மற்றும் பாதுகாப்பை முதன்மையாகக் கருத்தில் கொண்டு செயல்பட வேண்டும்.

பிரிவு 19ன் கீழ், குழந்தைக்கு எதிரான பாலியல் குற்றம் நடைபெற்றது அல்லது நடைபெற வாய்ப்பு உள்ளது என்ற தகவல் கிடைத்தவுடன், காவல்துறை உடனடியாக அந்தத் தகவலை பதிவு செய்து, தேவையான சட்ட நடவடிக்கைகளை தொடங்க வேண்டும். தகவல் அளித்தவருக்கு பதிவு செய்யப்பட்ட விவரங்கள் வாசித்துக் காட்டப்பட்டு, அதன் நகல் இலவசமாக வழங்கப்பட வேண்டும்.

பிரிவு 24ன் கீழ், குழந்தையின் வாக்குமூலத்தை குழந்தை நட்பு முறையில் பதிவு செய்ய வேண்டும். குழந்தை புரிந்துகொள்ளும் மொழியில், அச்சமோ மனஉளைச்சலோ ஏற்படாத சூழலில், முடிந்தவரை பெண் காவல் அதிகாரியால் மற்றும் சீருடை அணியாமல் வாக்குமூலம் பதிவு செய்யப்பட வேண்டும்.

பிரிவு 26ன் கீழ், குழந்தையின் வாக்குமூலம் பதிவு செய்யும் போது தேவையானால் மொழிபெயர்ப்பாளர், சிறப்பு ஆசிரியர் அல்லது பிற நிபுணர்களின் உதவி பெறலாம். மாற்றுத்திறனாளி குழந்தைகளுக்கு அவர்களின் தேவைக்கேற்ப அனைத்து உதவிகளும் வழங்கப்பட வேண்டும்.

பிரிவு 27ன் கீழ், குழந்தைக்கு உடனடி மருத்துவ பரிசோதனை மற்றும் சிகிச்சை வழங்கப்பட வேண்டும். மருத்துவ பரிசோதனை குழந்தையின் மரியாதை மற்றும் தனியுரிமையைப் பாதுகாக்கும் வகையில் மேற்கொள்ளப்பட வேண்டும்.

பிரிவு 33ன் கீழ், நீதிமன்ற விசாரணையின் போது காவல்துறை குழந்தையின் பாதுகாப்பு, தனியுரிமை மற்றும் மரியாதை பாதுகாக்கப்படுவதை உறுதி செய்ய நீதிமன்றத்திற்கு தேவையான ஒத்துழைப்பை வழங்க வேண்டும்.

பிரிவு 35ன் நோக்கத்தின்படி, விசாரணை தேவையற்ற காலதாமதமின்றி முடிக்கப்பட வேண்டும். ஆதாரங்களை முறையாக சேகரித்து, சட்டப்படி குற்றப்பத்திரிகையை உரிய காலத்தில் தாக்கல் செய்ய காவல்துறை நடவடிக்கை எடுக்க வேண்டும்.

பிரிவு 40ன் கீழ், குழந்தைக்கும் அவரது குடும்பத்தினருக்கும் சட்ட உதவி பெறும் உரிமை இருப்பதை காவல்துறை விளக்க வேண்டும். தேவையானபோது மாவட்ட சட்டப்பணிகள் ஆணையம் (DLSA) மற்றும் பிற அதிகாரிகளுடன் ஒருங்கிணைந்து செயல்பட வேண்டும்.

இந்த அனைத்து கடமைகளும் குழந்தையின்

பாதுகாப்பு, நம்பிக்கை மற்றும் நீதியை உறுதி செய்வதற்காக சட்டத்தால் வழங்கப்பட்ட முக்கியமான பொறுப்புகளாகும்.

சட்டக் குறிப்பு

போக்சோ சட்டம், 2012 பிரிவுகள் 19, 24, 26, 27, 33, 35 மற்றும் 40.

போக்சோ விதிகள், 2020 விதிகள் 4, 5, 6, 7, 8, 9, 10 மற்றும் 11.

DUTIES OF POLICE UNDER THE POCSO ACT, 2012

The Protection of Children from Sexual Offences (POCSO) Act, 2012 imposes specific duties upon the police to ensure the protection of children, prompt investigation of offences, and delivery of justice through child-friendly procedures. At every stage, police officers must act in the best interests of the child while respecting the child's dignity, privacy, and safety.

Under Section 19, whenever information is received regarding the commission or likelihood of a sexual offence against a child, the police shall immediately record the information and initiate appropriate legal action. The information must be reduced to writing, read over to the informant, and a free copy must be provided.

Under Section 24, the statement of the child shall be recorded in a child-friendly manner. The statement should be recorded in a language understood by the child, preferably by a woman police officer who is not in uniform, in an environment that does not intimidate or traumatize the child.

Under Section 26, where necessary, the police

may obtain the assistance of an interpreter, translator, special educator, or other qualified expert while recording the child's statement. Appropriate assistance must also be provided to children with disabilities.

Under Section 27, the child shall receive immediate medical examination and treatment in a manner that protects the child's dignity, privacy, and well-being.

Under Section 33, the police shall extend full co-operation to the Special Court to ensure that the child's identity, dignity, and safety are protected throughout the judicial proceedings.

Keeping in view the object of Section 35, the investigation should be completed without unnecessary delay. The police must collect all relevant evidence, preserve it properly, and file the charge sheet before the competent court within the period prescribed by law.

Under Section 40, the police should inform the child and the child's family of their right to legal assistance and coordinate with the District Legal Services Authority (DLSA) and other competent authorities whenever required.

These statutory duties are intended to ensure that every child receives protection, support, dignity, and timely justice under the POCSO Act.

Legal Reference

- **Sections 19, 24, 26, 27, 33, 35 and 40 of the Protection of Children from Sexual Offences (POCSO) Act, 2012.**
- **Rules 4, 5, 6, 7, 8, 9, 10 and 11 of the Protection of Children from Sexual Offences Rules, 2020.**

குழந்தைகளின் பாதுகாப்பில் உடையின் பங்கு (பெற்றோர்களும் பள்ளிகளும் கவனிக்க வேண்டியவை)

குழந்தைகளின் பாதுகாப்பு என்பது குடும்பம், பள்ளி மற்றும் சமூகத்தின் கூட்டுப்பொறுப்பாகும். குழந்தைகள் அணியும் உடைகள் அவர்களின் வசதி, உடல்நலம், மரியாதை மற்றும் பாதுகாப்பை கருத்தில் கொண்டு தேர்வு செய்யப்பட வேண்டும். அதே நேரத்தில், குழந்தைகளுக்கு எதிரான பாலியல் குற்றங்களுக்கு எந்த நிலையிலும் குழந்தையோ அல்லது அவரது உடையோ காரணம் அல்ல என்பதை அனைவரும் தெளிவாகப் புரிந்துகொள்ள வேண்டும். குற்றத்திற்கு முழுப் பொறுப்பும் குற்றவாளிக்கே உரியது.

பெற்றோர்கள் தங்கள் குழந்தைகளுக்கு வயதிற்கு ஏற்ற, உடலை நன்றாக மறைக்கும், சுதந்திரமாக இயங்கக்கூடிய, வசதியான மற்றும் பாதுகாப்பான உடைகளைத் தேர்வு செய்வது நல்ல நடைமுறையாகும். உடைகள் குழந்தையின் விளையாட்டு, பள்ளி, பயணம் மற்றும் அன்றாட செயல்பாடுகளுக்கு ஏற்றவையாக இருக்க வேண்டும். குழந்தைக்கு சங்கடம் அல்லது அசௌகரியம் ஏற்படுத்தும் உடைகளைத் தவிர்க்க வேண்டும்.

பள்ளிகளும் மாணவர்களின் பாதுகாப்பு, சமத்துவம் மற்றும் ஒழுக்கத்தை கருத்தில் கொண்டு, அனைவருக்கும் பொருத்தமான,

எளிமையான, வசதியான மற்றும் உடலை முறையாக மறைக்கும் சீருடைகளை நிர்ணயிக்கலாம். சீருடை வடிவமைக்கும்போது மாணவர்களின் வயது, காலநிலை, உடல் இயக்கம் மற்றும் மரியாதை ஆகியவற்றை கருத்தில் கொள்ள வேண்டும்.

உடையை விட முக்கியமானது குழந்தைகளுக்கு "நல்ல தொடுதல் கெட்ட தொடுதல்", உடல் எல்லைகள் (Body Boundaries), தனியுரிமை, பாதுகாப்பற்ற சூழ்நிலைகளை அடையாளம் காணுதல், "இல்லை" என்று தைரியமாகக் கூறுதல் மற்றும் நம்பகமான பெரியவர்களிடம் உடனடியாக தெரிவிக்கும் பழக்கத்தை கற்பிப்பதாகும்.

பெற்றோர்கள் குழந்தைகளுடன் தினமும் உரையாட வேண்டும். பள்ளிக்குச் செல்வது, திரும்பி வருவது, நண்பர்கள், ஆசிரியர்கள் மற்றும் இணையப் பயன்பாடு குறித்து அன்பாகக் கேட்டு அறிந்துகொள்ள வேண்டும். குழந்தை ஏதேனும் அசாதாரணமாக நடந்து கொண்டால் அதனை அலட்சியப்படுத்தாமல் கவனிக்க வேண்டும்.

பள்ளி வளாகங்களில் செயல்படும் கண்காணிப்பு அமைப்புகள், பாதுகாப்பு பணியாளர்கள், புகார் பெட்டிகள், ஆலோசகர்கள் மற்றும் குழந்தைகள் பாதுகாப்புக் கொள்கைகள் ஆகியவை முறையாக நடைமுறைப்படுத்தப்பட வேண்டும்.

குழந்தைகளின் பாதுகாப்பு என்பது உடையால் மட்டுமே உறுதி செய்யப்படுவதில்லை. விழிப்புணர்வு, பெற்றோரின் கண்காணிப்பு, பள்ளியின் பொறுப்பு, சமூகத்தின் ஒத்துழைப்பு மற்றும் குழந்தைகளின்

உரிமைகளை மதிக்கும் பண்பாடு ஆகிய அனைத்தும் இணைந்தால்தான் குழந்தைகளுக்கு பாதுகாப்பான சூழலை உருவாக்க முடியும்.

குறிப்பு:

இக்கட்டுரையில் குறிப்பிடப்பட்டுள்ள கருத்துகள் குழந்தைகளின் பாதுகாப்பு, நலன் மற்றும் விழிப்புணர்வை மேம்படுத்தும் நோக்கில் வழங்கப்படும் நடைமுறை ஆலோசனைகளாகும். குழந்தைகளுக்கு எதிரான பாலியல் குற்றங்களுக்கு எந்த நிலையிலும் குழந்தையின் உடை, தோற்றம் அல்லது நடத்தை காரணமல்ல; குற்றத்திற்கு முழுப் பொறுப்பும் குற்றவாளிக்கே உரியது.

THE ROLE OF APPROPRIATE CLOTHING IN CHILD SAFETY (GUIDANCE FOR PARENTS AND SCHOOLS)

Ensuring the safety of children is a shared responsibility of families, schools, and society. The clothes worn by children should be chosen with due regard to their comfort, health, dignity, and safety. At the same time, it must be clearly understood that a child's clothing is never the cause of sexual abuse. Responsibility for such offences always rests solely with the offender.

Parents are encouraged to choose age-appropriate, comfortable, practical, and modest clothing that allows children to move freely during school, play, travel, and daily activities. Clothing should promote confidence and comfort without causing inconvenience or restricting normal movement.

Schools should adopt uniforms that are comfortable, suitable for the age of students, practical for learning and physical activities, and respectful of children's dignity. Uniform designs should consider climate, ease of movement, safety, and the overall well-being of students.

More important than clothing is educating children about personal safety. Children should be taught the concepts of good touch and bad touch, body boundaries, personal privacy, recognizing unsafe situations, confidently saying "No," and reporting concerns immediately to a trusted adult.

Parents should communicate openly with their children every day. They should take an active interest in their child's school life, friendships, teachers, travel, and internet use. Any unusual change in behaviour should be noticed and addressed with care and understanding.

Schools should establish effective child protection measures, including appropriate supervision, complaint mechanisms, counselling facilities, and child protection policies that ensure a safe learning environment.

Child safety cannot be ensured by clothing alone. It is achieved through awareness, responsible parenting, safe school environments, community participation, and a culture that respects and protects the rights and dignity of every child.

Note:

The views expressed in this article are intended as practical guidance to promote child safety, well-being, and awareness. A child's clothing, appearance, or behaviour can never justify or cause sexual abuse. Responsibility for such offences always lies entirely with the offender.

போக்சோ விதிகள், 2020

போக்சோ சட்டம், 2012 சிறப்பாகவும் பயனுள்ள முறையிலும் நடைமுறைப்படுத்தப்படுவதற்காக, இந்திய மத்திய அரசு 09.03.2020 அன்று போக்சோ விதிகள், 2020ஐ அறிவித்தது. இவ்விதிகள், குழந்தைகளின் பாதுகாப்பு, பராமரிப்பு, மருத்துவ உதவி, சட்ட உதவி, விசாரணை, நீதிமன்ற நடைமுறை, இழப்பீடு, மறுவாழ்வு மற்றும் குழந்தை நலனை உறுதிப்படுத்தும் பல்வேறு நடைமுறைகளை விரிவாக வகுத்துள்ளன.

முக்கிய விதிகள்

விதி 3 விழிப்புணர்வு மற்றும் திறன் மேம்பாடு

குழந்தைகளுக்கு உடல் பாதுகாப்பு, தனிப்பட்ட பாதுகாப்பு, இணையப் பாதுகாப்பு, பாலியல் குற்றங்களைத் தடுக்கும் வழிமுறைகள் மற்றும் 1098 குழந்தைகள் உதவி எண்ணைப் பற்றிய விழிப்புணர்வை ஏற்படுத்த மத்திய மற்றும் மாநில அரசுகள் உரிய நடவடிக்கைகளை மேற்கொள்ள வேண்டும். மேலும், பெற்றோர், ஆசிரியர்கள் மற்றும் குழந்தைகளுடன் தொடர்புடைய நபர்களுக்கும் விழிப்புணர்வு மற்றும் பயிற்சி வழங்கப்பட வேண்டும்.

விதி 4 குழந்தையின் பராமரிப்பு மற்றும் பாதுகாப்பு

குழந்தைக்கு எதிரான பாலியல் குற்றம்

தொடர்பாக தகவல் கிடைத்தவுடன், காவல்துறை அல்லது சிறப்பு சிறார் காவல் பிரிவு குழந்தையின் உடனடி பாதுகாப்பை உறுதி செய்ய வேண்டும். தேவையான மருத்துவ உதவி, இலவச சட்ட உதவி, ஆதரவு நபர் நியமனம் மற்றும் குழந்தைகள் நலக்குழு உடன் ஒருங்கிணைந்து தேவையான நடவடிக்கைகளை மேற்கொள்ள வேண்டும்.

விதி 5 மொழிபெயர்ப்பாளர், சிறப்பு ஆசிரியர், நிபுணர் மற்றும் ஆதரவு நபர்

தேவையெனில், குழந்தையின் தேவைக்கு ஏற்ப மொழிபெயர்ப்பாளர், சிறப்பு ஆசிரியர், உளவியல் நிபுணர், பிற நிபுணர்கள் அல்லது ஆதரவு நபர் நியமிக்கப்படலாம். குழந்தை அச்சமின்றி தனது கருத்துகளை வெளிப்படுத்துவதற்கும், சட்ட நடைமுறைகளை எளிதில் புரிந்துகொள்வதற்கும் இத்தகைய உதவிகள் வழங்கப்பட வேண்டும்.

விதி 6 மருத்துவ உதவி மற்றும் பராமரிப்பு

பாதிக்கப்பட்ட குழந்தைக்கு உடனடியாக மருத்துவ சிகிச்சை, மருத்துவ பரிசோதனை, மனநல ஆலோசனை, உளவியல் ஆதரவு மற்றும் தேவையான அனைத்து மருத்துவ சேவைகளும் தாமதமின்றி வழங்கப்பட வேண்டும்.

விதி 7 சட்ட உதவி

பாதிக்கப்பட்ட குழந்தைக்கு இலவச சட்ட உதவி, தகுதியான வழக்கறிஞரின் உதவி மற்றும்

சட்ட நடைமுறைகளில் தேவையான அனைத்து சட்டப் பாதுகாப்புகளும் கிடைப்பதை சம்பந்தப்பட்ட அதிகாரிகள் உறுதி செய்ய வேண்டும்.

விதி 8 இடைக்கால நிவாரணம் மற்றும் இழப்பீடு

பாதிக்கப்பட்ட குழந்தையின் உடனடி தேவைகள், மருத்துவச் செலவுகள், கல்வி, மறுவாழ்வு, ஆலோசனை மற்றும் பிற அத்தியாவசிய செலவுகளுக்காக சிறப்பு நீதிமன்றம் இடைக்கால நிவாரணம் அல்லது உரிய இழப்பீடு வழங்க உத்தரவிடலாம்.

விதி 9 அபராதம் மற்றும் இழப்பீடு வழங்கும் நடைமுறை

சிறப்பு நீதிமன்றம் வழங்கும் அபராதம் மற்றும் இழப்பீடு பாதிக்கப்பட்ட குழந்தைக்கு உரிய காலத்தில் மற்றும் சட்டப்படி வழங்கப்படுவதற்கான நடைமுறைகள் இவ்விதியில் குறிப்பிடப்பட்டுள்ளன.

விதி 10 சட்டத்தின் செயல்பாட்டை கண்காணித்தல்

போக்சோ சட்டம், 2012 மற்றும் போக்சோ விதிகள், 2020 ஆகியவை நாடு முழுவதும் முறையாக செயல்படுத்தப்படுகிறதா என்பதை மத்திய மற்றும் மாநில அரசுகள் தொடர்ந்து கண்காணித்து, தேவையான நடவடிக்கைகளை மேற்கொள்ள வேண்டும்.

விதி 11 குழந்தைகள் தொடர்பான பாலியல் ஆபாசப்

பொருட்கள் தொடர்பான தகவல் அளித்தல்

குழந்தைகளை உள்ளடக்கிய பாலியல் ஆபாசப் பொருட்கள் தொடர்பான தகவல் யாருக்கேனும் கிடைத்தால், அதனை உடனடியாக காவல்துறை, சிறப்பு சிறார் காவல் பிரிவு அல்லது இணையக் குற்றப்பிரிவிற்கு தெரிவிக்க வேண்டும். இதுபோன்ற தகவல்களை மறைப்பது குழந்தைகளின் பாதுகாப்பிற்கு தீவிர பாதிப்பை ஏற்படுத்தக்கூடியதாகும்.

POCSO RULES, 2020 (PROTECTION OF CHILDREN FROM SEXUAL OFFENCES RULES, 2020)

The Protection of Children from Sexual Offences Rules, 2020 were notified by the Central Government on 9 March 2020 to ensure the effective implementation of the Protection of Children from Sexual Offences (POCSO) Act, 2012. These Rules lay down detailed procedures relating to the protection, care, investigation, medical assistance, legal aid, compensation, and rehabilitation of child victims.

Key Rules

Rule 3 – Awareness and Capacity Building

The Government shall take appropriate measures to create awareness among children regarding personal safety, online safety, prevention of sexual offences, and the Child Helpline (1098). Awareness programmes shall also be conducted for parents, teachers, and other stakeholders.

Rule 4 – Care and Protection of the Child

Upon receiving information about an offence, the Police or the Special Juvenile Police Unit (SJPU) shall ensure the child's immediate safety, facilitate medical assistance, provide legal aid, arrange for the appointment of a Support Person wherever required, and take necessary steps in coordination with the Child Welfare Committee (CWC).

Rule 5 – Interpreter, Translator, Special Educator, Expert and Support Person

Where necessary, the child shall be provided with the assistance of an interpreter, translator, special educator, expert, psychologist, or a Support Person to facilitate communication and ensure the child's best interests throughout the proceedings.

Rule 6 – Medical Assistance and Care

The child shall receive immediate medical treatment, medical examination, psychological support, counselling, and any other necessary healthcare services without delay.

Rule 7 – Legal Aid

The child shall be provided with free legal aid and appropriate legal representation in accordance with the provisions of the Legal Services Authorities Act and other applicable laws.

Rule 8 – Interim Relief and Compensation

The Special Court may direct the payment of interim relief or compensation to meet the child's immediate needs, including medical treatment, education, rehabilitation, counselling, and other necessary expenses.

Rule 9 – Procedure for Payment of Fine and Compensation

This Rule prescribes the procedure for the disbursement of fines and compensation awarded by the Special Court to ensure timely financial assistance to the child.

Rule 10 – Monitoring the Implementation of the Act

The Central Government and the State Governments shall monitor the effective implementation of the POCSO Act, 2012 and the POCSO Rules, 2020, and take appropriate measures to ensure compliance.

Rule 11 – Reporting Child Sexual Abuse Material (CSAM)

Any person who becomes aware of Child Sexual Abuse Material (CSAM) shall immediately report the information to the Police, the Special Juvenile Police Unit (SJPU), or the Cyber Crime authorities for prompt legal action.

ஒரு புகார் மறைக்கப்பட்டால் என்ன நடக்கும்?

சட்டத்தை விட யாரும் பெரியவர்கள் அல்ல

ஒரு பள்ளியில் படிக்கும் சிறுமி, தனக்கு ஏற்பட்ட பாலியல் தொந்தரவை தனது பெற்றோரிடம் தெரிவிக்கிறாள். பெற்றோர் உடனடியாக பள்ளி நிர்வாகத்திடம் புகார் தெரிவிக்கின்றனர். ஆனால், "அவர் பல ஆண்டுகளாக பணியாற்றும் ஆசிரியர்", "பள்ளியின் பெயர் கெட்டுவிடும்", "குழந்தையின் எதிர்காலம் பாதிக்கப்படும்", "இதை வெளியே சொல்ல வேண்டாம்" என்று கூறி சிலர் அந்தப் புகாரை மறைக்க முயற்சிக்கின்றனர். சில ஆசிரியர்கள் உண்மையை அறிந்திருந்தும் அமைதியாக இருக்கின்றனர்.

அதன் பின்னர் பெற்றோர் காவல் நிலையத்தில் புகார் அளிக்கச் செல்கின்றனர். அங்கும் "அவர் மிகவும் மதிப்புமிக்கவர்", "புகார் கொடுக்க வேண்டாம்", "சமரசம் செய்து கொள்ளுங்கள்", "பிரச்சினை பெரிதாகிவிடும்" என்று கூறி புகாரை ஏற்க தாமதப்படுத்தினாலோ அல்லது சட்டப்படி நடவடிக்கை எடுக்காமல் இருந்தாலோ, அது சட்டத்தின் நோக்கத்திற்கு எதிரான செயலாகும்.

போக்சோ சட்டத்தின் கீழ் குழந்தைக்கு எதிரான பாலியல் குற்றம் குறித்த தகவல் கிடைத்தவுடன், சட்டப்படி உடனடியாக நடவடிக்கை எடுக்கப்பட வேண்டும். புகாரை மறைப்பது, விசாரணையை தாமதப்படுத்துவது அல்லது பாதிக்கப்பட்டவரை புகார் அளிக்க வேண்டாம் என்று அறிவுறுத்துவது போன்ற

செயல்கள், வழக்கின் தன்மையைப் பொறுத்து சம்பந்தப்பட்ட அதிகாரிகளின் பொறுப்பை ஆய்வுக்கு உட்படுத்தக்கூடியவை.

அதேபோல், குற்றம் நடைபெற்றதை அறிந்தும் அதை மறைப்பது, ஆதாரங்களை அழிப்பது, பாதிக்கப்பட்ட குழந்தையை மிரட்டுவது, சாட்சிகளை பாதிப்பது அல்லது விசாரணையைத் தடுக்க முயற்சிப்பது போன்ற செயல்கள் தொடர்புடைய சட்டங்களின் கீழ் தனித்தனியாக விசாரிக்கப்படக்கூடியவை.

எனவே, குழந்தைகளுக்கு எதிரான பாலியல் குற்றங்கள் தொடர்பாக யாரும் சட்டத்திற்கு மேலானவர்கள் அல்ல. புகார் கிடைத்தவுடன் சட்டப்படி நடவடிக்கை எடுப்பதும், குழந்தையின் பாதுகாப்பை முதன்மையாகக் கருதுவதும் ஒவ்வொரு அதிகாரி, ஆசிரியர், பெற்றோர் மற்றும் பொதுமக்களின் சட்ட மற்றும் ஒழுக்கப் பொறுப்பாகும்.

WHAT HAPPENS IF A COMPLAINT IS SUPPRESSED?

No One Is Above the Law

Imagine a situation where a school student reports sexual abuse to her parents. The parents immediately approach the school administration. Instead of reporting the matter to the authorities, some individuals attempt to discourage the complaint by saying, "The teacher is highly respected," "The school's reputation will be affected," "The child's future may suffer," or "Please do not make this public." Some staff members may even remain silent despite knowing the facts.

The parents then approach the police to file a complaint. If they are told, "He is a respected person," "Do not file a complaint," "Settle the matter privately," or if there is an unjustified delay in taking action required by law, such conduct would be inconsistent with the objectives of child protection laws.

Under the POCSO Act, information relating to a sexual offence against a child should be dealt with promptly in accordance with the law. Deliberately discouraging a complaint, delaying the legal process, or attempting to prevent reporting may result in scrutiny of the conduct of the persons concerned, depending on the facts and applicable law.

Similarly, knowingly concealing an offence, destroying evidence, threatening the child, influencing witnesses, or interfering with the investigation may attract legal consequences under the relevant laws, depending on the circumstances of the case.

Every allegation involving a child deserves a fair, impartial, and timely inquiry. No individual, regardless of status or influence, is above the law. Protecting children and ensuring that complaints are handled lawfully is a legal and moral responsibility shared by parents, teachers, institutions, law enforcement agencies, and society as a whole.

குழந்தையின் தற்போதைய பேச்சை மட்டும் காரணமாகக் கொண்டு புகாரை நிராகரிக்கலாமா?

போக்சோ சட்டத்தின் நோக்கம் உண்மையைக் கண்டறிவதே; புகாரை புறக்கணிப்பது அல்ல.

சில நேரங்களில், வயது பூர்த்தியடையாத குழந்தை ஒரு ஆசிரியர், பயிற்சியாளர், உறவினர் அல்லது நம்பிக்கை பெற்ற வேறு ஒருவரின் செல்வாக்கிற்கு உட்பட்டிருக்கலாம் என்ற சந்தேகம் பெற்றோர் அல்லது பாதுகாவலர்களுக்கு ஏற்படலாம். அத்தகைய சூழ்நிலையில், குழந்தை அந்த நபருக்கு ஆதரவாகப் பேசுவதோ, பெற்றோரின் குற்றச்சாட்டுகளை மறுப்பதோ நிகழலாம்.

இத்தகைய சூழ்நிலையில், "குழந்தையே எந்த குற்றச்சாட்டும் கூறவில்லை", "குழந்தை அந்த நபருக்கு ஆதரவாகப் பேசுகிறது" அல்லது "அவர் மிகவும் மதிப்புமிக்க நபர்", "அவர் பிரபலமானவர்" போன்ற காரணங்களைக் கூறி புகாரைப் பதிவு செய்ய மறுப்பதோ, உரிய சட்ட நடவடிக்கையை தாமதப்படுத்துவதோ, அல்லது முழுமையான விசாரணையைத் தவிர்ப்பதோ, போக்சோ சட்டத்தின் நோக்கத்திற்கு எதிரான அணுகுமுறையாக இருக்கலாம்.

போக்சோ சட்டத்தின் கீழ், குழந்தைக்கு எதிரான பாலியல் குற்றம் தொடர்பான தகவல் கிடைத்தவுடன், அதனை சட்டப்படி பதிவு செய்து, குழந்தையின் பாதுகாப்பை உறுதி செய்து,

கிடைக்கப்பெறும் அனைத்து ஆதாரங்களையும் சேகரித்து, பாரபட்சமற்ற விசாரணை மேற்கொள்வது சம்பந்தப்பட்ட அதிகாரிகளின் சட்டப்பூர்வ பொறுப்பாகும்.

ஒரு பெற்றோர் அல்லது பாதுகாவலர் முன்கூட்டியே புகார் அளித்து, மின்னணு ஆதாரங்கள், சாட்சியங்கள் அல்லது பிற தகவல்களை வழங்கி யிருந்தால், அவை அனைத்தும் விசாரணையில் பரிசீலிக்கப்பட வேண்டும். குழந்தையின் தற்போதைய கருத்தை மட்டும் அடிப்படையாகக் கொண்டு புகாரை புறக்கணிப்பது அல்லது விசாரணையை நிறுத்துவது, உண்மையைக் கண்டறியும் செயல்முறையை பாதிக்கக்கூடும்.

சம்பந்தப்பட்ட அதிகாரி தனது சட்டப்பூர்வ கடமைகளை நிறைவேற்றத் தவறினால், அந்தச் சூழ்நிலையைப் பொறுத்து மேலதிகாரிகளின் ஆய்வு, துறை ரீதியான ஒழுங்கு நடவடிக்கை, நீதிமன்றத்தின் கண்காணிப்பு, அல்லது பொருந்தக்கூடிய சட்டங்களின் கீழ் மேற்கொள்ளப்படும் பிற நடவடிக்கைகளுக்கு உட்படுத்தப்படலாம். ஒவ்வொரு வழக்கும் அதன் உண்மை நிலை மற்றும் கிடைக்கப்பெறும் ஆதாரங்களின் அடிப்படையில் மதிப்பீடு செய்யப்படும்.

எனவே, குழந்தை பாதுகாப்பு தொடர்பான எந்தப் புகாரும் முழுமையாக, சுயாதீனமாக, நியாயமாக மற்றும் காலதாமதமின்றி விசாரிக்கப்பட வேண்டும். குழந்தையின் சிறந்த நலனே (Best Interests of the Child) ஒவ்வொரு நடவடிக்கையிலும்

முதன்மையாகக் கருதப்பட வேண்டும்.

சட்டக் குறிப்பு:

போக்சோ சட்டம், 2012 பிரிவு 19 (குற்றத்தைப் புகாரளித்தல்)
போக்சோ சட்டம், 2012 பிரிவு 21 (புகாரளிக்கத் தவறுதல் / பதிவு செய்யத் தவறுதல் தொடர்பான தண்டனை)
போக்சோ சட்டம், 2012 பிரிவு 24 (குழந்தையின் வாக்குமூலம் பதிவு செய்யும் நடைமுறை)
போக்சோ விதிகள், 2020 விதி 4 (குழந்தையின் பராமரிப்பு மற்றும் பாதுகாப்பு)

CAN A COMPLAINT BE IGNORED SIMPLY BECAUSE THE CHILD SUPPORTS THE ALLEGED PERSON?

The Purpose of the POCSO Act Is to Discover the Truth, Not to Dismiss Complaints.

In certain situations, a child below eighteen years of age may come under the influence of a teacher, coach, relative, mentor, or another trusted adult. In such cases, the child may support that individual or deny the concerns raised by the parents or guardians.

In these circumstances, it is not appropriate to refuse to register a complaint, delay lawful action, or avoid a proper investigation merely because the child currently supports the person concerned, or because the individual is considered influential, respected, or well known.

Under the POCSO Act, whenever information relating to a sexual offence against a child is received, the authorities are expected to act in accordance with the law by recording the information, ensuring the child's safety, collecting all relevant evidence, and conducting a fair, impartial, and child-friendly investigation.

Where parents or guardians provide electronic records, witness details, or other supporting materials, those materials should be examined as part of the investigation. A child's present statement should be considered carefully, but it should not be treated as the only factor without examining all other relevant evidence.

If a public official fails to perform statutory duties in accordance with the law, the matter may, depending on the facts, be subject to supervisory review, departmental disciplinary proceedings, judicial scrutiny, or other legal consequences under applicable law. The outcome will depend upon the evidence and the circumstances of each individual case.

The guiding principle of child protection law is the best interests of the child. Therefore, every complaint should receive a prompt, independent, impartial, and evidence-based investigation.

Legal References:

- **POCSO Act, 2012 – Section 19 (Reporting of Offences)**
- **POCSO Act, 2012 – Section 21 (Punishment for Failure to Report or Record)**
- **POCSO Act, 2012 – Section 24 (Recording the Statement of the Child)**
- POCSO Rules, 2020 – Rule 4 (Care and Protection of the Child)

குழந்தை ஒத்துழைக்கவில்லை என்ற காரணத்தால் POCSO வழக்கை புறக்கணிக்கலாமா?

குழந்தைகளுக்கு எதிராக நடைபெறும் பாலியல் குற்றங்கள் தொடர்பான வழக்குகளில் அடிக்கடி எழும் மிக முக்கியமான கேள்வி என்னவென்றால், "குழந்தை தற்போது புகார் அளிக்க விரும்பவில்லை", "குழந்தை பெற்றோருக்கு எதிராகப் பேசுகிறது", அல்லது "குழந்தை குற்றச்சாட்டுக்குள்ளான நபரின் ஆதரவாகவே பேசுகிறது" என்ற காரணங்களால் காவல்துறை சட்ட நடவடிக்கையைத் தவிர்க்கலாமா என்பதாகும்.

இதற்கு சட்டத்தின் பதில் மிகவும் தெளிவானது. முடியாது.

ஒரு குழந்தை பாலியல் ரீதியாக சுரண்டப்பட்டிருக்கலாம் அல்லது தவறான செல்வாக்கிற்கு ஆளாகியிருக்கலாம் என்ற நியாயமான சந்தேகத்தை ஏற்படுத்தும் WhatsApp உரையாடல்கள், மின்னணு ஆதாரங்கள், புகைப்படங்கள், காணொளிகள், வங்கி பரிவர்த்தனை பதிவுகள், சாட்சிகள் அல்லது பிற டிஜிட்டல் ஆதாரங்கள் இருந்தால், அவற்றின் உண்மைத் தன்மையை காவல்துறை சட்டப்படி முழுமையாக விசாரிக்க வேண்டிய கடமையில் உள்ளது.

பல நேரங்களில், குழந்தைகள் குற்றச்சாட்டுக்குள்ளான நபரின் மனரீதியான செல்வாக்கு, உணர்ச்சி சார்ந்த கட்டுப்பாடு (Emo-

வழக்கறிஞர் வி.ர.சதீஷ்குமரன்
சிட்லபாக்கம், சென்னை 64

tional Manipulation), நம்பிக்கையின் தவறான பயன்பாடு (Abuse of Trust), அச்சுறுத்தல் அல்லது உளவியல் சார்ந்த சார்புநிலை (Psychological Dependence) காரணமாக, தங்களது பெற்றோரின் கருத்திற்கு எதிராகவும் பேசக்கூடும். இத்தகைய சூழ்நிலைகளில், குழந்தையின் தற்போதைய வாக்குமூலத்தை மட்டுமே அடிப்படையாகக் கொண்டு விசாரணையை நிறுத்துவது சட்டத்தின் நோக்கத்திற்கும், குழந்தையின் சிறந்த நலன் (Best Interest of the Child) என்ற அடிப்படைக் கொள்கைக்கும் முரணானதாக அமையக்கூடும்.

அதேபோல், ஒரு குழந்தை விளையாட்டு, கலை, கல்வி அல்லது வேறு ஏதேனும் துறையில் புகழ்பெற்றவராக இருந்தாலோ அல்லது அவரது எதிர்காலம் பாதிக்கப்படும் என்ற காரணத்தாலோ, "இந்தப் பிரச்சினையை விட்டுவிடுங்கள்", "புகார் அளிக்க வேண்டாம்" போன்ற ஆலோசனைகளை வழங்குவது சட்டத்தின் ஆவியுடன் ஒத்துப்போவதில்லை. குற்றச்சாட்டு முன் வைக்கப்படும் ஒவ்வொரு விவகாரத்திலும், உண்மையை சட்டப்படி கண்டறிவதே காவல்துறையின் முதன்மை பொறுப்பாகும்.

மேலும், குழந்தைக்கு கிடைத்த பரிசுத் தொகைகள், ஊக்கத் தொகைகள் அல்லது பிற நிதி உதவிகள் தவறான முறையில் பயன்படுத்தப்பட்டிருக்கலாம், ஏமாற்றப்பட்டிருக்கலாம் அல்லது வேறு நபர்களால் கையாளப்பட்டிருக்கலாம் என்ற நம்பத்தகுந்த ஆதாரங்கள் இருந்தால், அந்த

நிதி பரிவர்த்தனைகளும் சட்டப்படி முழுமையாக விசாரிக்கப்பட வேண்டும். வங்கி கணக்குகள், மின்னணு பரிவர்த்தனை பதிவுகள், சம்பந்தப்பட்ட நபர்களின் வாக்குமூலங்கள் மற்றும் இதர ஆதாரங்கள் அனைத்தும் விசாரணையின் ஒரு பகுதியாக இருக்க வேண்டும்.

பெற்றோர் அளிக்கும் புகாரை, குழந்தையின் தற்போதைய மனநிலையை மட்டும் காரணமாகக் கொண்டு அலட்சியப்படுத்துவது அல்லது முதல் தகவல் அறிக்கை (FIR) பதிவு செய்வதைத் தவிர்ப்பது, ஒவ்வொரு வழக்கின் உண்மை நிலையை முழுமையாக அறியும் வாய்ப்பை பாதிக்கக்கூடும்.

இதுபோன்ற சூழ்நிலைகளில், பெற்றோர் மனம் தளராமல் அனைத்து மின்னணு ஆதாரங்களையும் பாதுகாத்து, சம்பந்தப்பட்ட காவல் உயரதிகாரிகள், குழந்தைகள் பாதுகாப்பு அமைப்புகள் மற்றும் தேவையானால் நீதிமன்றங்களையும் அணுக வேண்டும். சட்டம் ஒவ்வொரு குழந்தைக்கும் பாதுகாப்பையும், நீதியையும் உறுதி செய்ய உருவாக்கப்பட்டுள்ளது; அந்த பாதுகாப்பு எந்தச் சூழ்நிலையிலும் மறுக்கப்படக் கூடாது.

குறிப்பாக, POCSO சட்டத்தின் அடிப்படை நோக்கம், குழந்தையின் சிறந்த நலனை (Best Interest of the Child) பாதுகாப்பதே ஆகும். எனவே, எந்தவொரு புகாரும் முன்வைக்கப்படும் போது, குழந்தையின் தற்போதைய நிலைப்பாட்டை மட்டும் கருதி விசாரணையைத் தவிர்க்காமல், கிடைக்கும் அனைத்து ஆதாரங்களையும் ஆய்வு செய்து,

உண்மையை வெளிக்கொணரும் வகையில் சுயாதீனமான, நியாயமான மற்றும் பாரபட்சமற்ற விசாரணை மேற்கொள்ளப்பட வேண்டும்.

குறிப்பு:

இக்கட்டுரையில் இடம்பெறும் கருத்துகள் குழந்தைகளைப் பாதுகாக்கும் சட்டத்தின் நோக்கம், சட்ட நடைமுறைகள் மற்றும் பொதுவான சட்டக் கொள்கைகளை அடிப்படையாகக் கொண்ட சட்ட விழிப்புணர்வுக்காக மட்டுமே எழுதப்பட்டவை. இதில் விவரிக்கப்படும் சூழ்நிலைகள் எந்த ஒரு தனிநபரையோ அல்லது குறிப்பிட்ட வழக்கையோ குறிவைத்து எழுதப்பட்டவை அல்ல.

CAN A POCSO COMPLAINT BE IGNORED MERELY BECAUSE THE CHILD IS NOT COOPERATING?

One of the most important questions that frequently arises in cases involving offences against children is whether the police can decline to take legal action merely because the child is unwilling to lodge a complaint, speaks against the parents, or appears to support the person against whom allegations have been made.

The legal answer is clear—No.

Whenever there are reasonable grounds to suspect that a child may have been subjected to sexual abuse, grooming, exploitation or undue influence, and such suspicion is supported by electronic evidence such as WhatsApp communications, digital records, photographs, videos, financial transactions, witness statements or any other relevant material, it becomes the legal duty of the investigating agency to conduct a fair, independent and thorough investigation in accordance with law.

Children who are victims of abuse or manipulation may sometimes remain under the emotional, psychological or behavioural influence of the alleged offender. Emotional manipulation, abuse of trust, fear, dependency or grooming may result in a child defending the alleged offender or even opposing the parents who are attempting to protect the child. Such behaviour should never, by itself, be treated as a valid reason to refuse or discontinue a lawful investigation.

Similarly, if the child happens to be a well-known sportsperson, artist, student or public figure, concerns regarding reputation, future career or public image cannot become lawful grounds for discouraging the registration of a complaint or avoiding a proper investigation. The primary responsibility of the police is to discover the truth through a fair investigation, not to persuade the complainant to withdraw or abandon the complaint.

Further, where credible material indicates that prize money, financial awards, sponsorship amounts or other funds belonging to a child may have been misused, diverted, dishonestly handled or obtained through deception or undue influence, those financial transactions must also be examined independently in accordance with law. Banking records, electronic transactions, digital communications and other relevant evidence should form part of the investigation wherever necessary.

Rejecting or ignoring a complaint solely because

the child is presently unwilling to cooperate may seriously affect the ability of the investigating agency to uncover the complete truth. Every complaint deserves careful examination based on the available evidence rather than on the child's immediate response alone.

In such circumstances, parents and guardians should preserve all available electronic evidence, communications, financial records and other supporting materials. They may approach senior police authorities and other competent statutory authorities whenever they genuinely believe that the complaint has not received a fair and lawful consideration. Where necessary, appropriate legal remedies before the competent courts may also be available in accordance with law.

The fundamental objective of the Protection of Children from Sexual Offences (POCSO) Act is to secure the safety, dignity and best interests of every child. Therefore, every complaint involving a child deserves an impartial, independent and evidence-based investigation so that the truth may emerge and justice may ultimately prevail.

Note:

The views expressed in this article are intended solely for legal awareness and are based on the objectives of child protection laws and general legal principles. This article is not intended to refer to, identify or comment upon any particular individual or any specific pending case.

குழந்தைப் பாதுகாப்பை வலுப்படுத்துவதற்கான கொள்கை பரிந்துரைகள்

குழந்தைகள் பாதுகாப்பை வலுப்படுத்த அரசுக்கு வழங்கப்படும் கொள்கை பரிந்துரைகள்

சட்டம் மட்டுமல்ல... தடுப்பும், கண்காணிப்பும், பொறுப்புணர்வும் அவசியம்.

குழந்தைகளின் பாதுகாப்பு என்பது ஒரு குடும்பத்தின் பொறுப்பு மட்டுமல்ல; அது அரசின், கல்வி நிறுவனங்களின், விளையாட்டு அமைப்புகளின், காவல்துறையின் மற்றும் ஒட்டுமொத்த சமூகத்தின் கூட்டுப் பொறுப்பாகும்.

குழந்தைகளுக்கு எதிரான பாலியல் குற்றங்கள் நிகழ்ந்த பிறகு நடவடிக்கை எடுப்பதை விட, அவை நடைபெறாமல் தடுப்பதற்கான வலுவான அமைப்புகளை உருவாக்குவதே அரசின் முதன்மை நோக்கமாக இருக்க வேண்டும்.

அதற்காக பின்வரும் கொள்கை நடவடிக்கைகள் அவசியமாகும்.

1. அனைத்து பள்ளிகள், கல்லூரிகள், விளையாட்டு அகாடமிகள் மற்றும் தங்கும் விடுதிகளுக்கு "Child Safety Policy" கட்டாயமாக்க வேண்டும்.

2. குழந்தைகளுடன் நேரடியாக பணிபுரியும் ஆசிரியர்கள், பயிற்சியாளர்கள், வார்டன்கள், தன்னார்வலர்கள் உள்ளிட்ட அனைவருக்கும்

காவல்துறை பின்னணி சரிபார்ப்பு (Police Verification) கட்டாயமாக்கப்பட வேண்டும்.

3. ஒவ்வொரு கல்வி நிறுவனத்திலும் மற்றும் விளையாட்டு மையத்திலும் Child Protection Officer நியமிக்கப்பட வேண்டும்.

4. ஒவ்வொரு மாவட்டத்திலும் குழந்தை பாதுகாப்பு கண்காணிப்பு குழு அமைத்து, காலம்தோறும் ஆய்வு நடத்த வேண்டும்.

5. குழந்தைகளுக்கு ஆண்டுக்கு குறைந்தது இரண்டு முறை POCSO, இணைய பாதுகாப்பு, நல்ல தொடுதல்–கெட்ட தொடுதல், உதவி எண்கள் போன்றவற்றில் கட்டாய விழிப்புணர்வு வழங்க வேண்டும்.

6. பெற்றோர்களுக்கு ஆண்டுதோறும் குழந்தை பாதுகாப்பு பயிற்சி மற்றும் ஆலோசனை வழங்கப்பட வேண்டும்.

7. குழந்தைகளின் புகார்களை பெற Anonymous Complaint Portal மற்றும் தனிப்பட்ட Help Desk அமைக்க வேண்டும்.

8. ஒவ்வொரு பள்ளியிலும் CCTV பாதுகாப்பு நடைமுறைகள் சட்டப்படி கண்காணிக்கப்பட வேண்டும்.

9. விளையாட்டு பயிற்சியாளர்கள் மற்றும் தனியார் பயிற்சி மையங்கள் கட்டாய பதிவு மற்றும் காலம்தோறும் ஆய்வுக்கு உட்படுத்தப்பட வேண்டும்.

10. குழந்தைகள் தொடர்பான புகார்கள் வந்தால் காலவரையறையுடன் விசாரணை முடிக்க சட்ட நடைமுறை வலுப்படுத்தப்பட வேண்டும்.

11. புகார் அளித்த பெற்றோர் அல்லது பாதுகாவலர்களுக்கு மிரட்டல் ஏற்பட்டால் உடனடி காவல் பாதுகாப்பு வழங்கும் நடைமுறை உருவாக்கப்பட வேண்டும்.

12. பள்ளி மற்றும் விளையாட்டு நிறுவனங்களில் குழந்தை பாதுகாப்பு தணிக்கை (Child Safety Audit) ஆண்டுதோறும் கட்டாயமாக நடத்தப்பட வேண்டும்.

13. குழந்தைகளுடன் தனியாக மூடிய அறைகளில் பயிற்சி அல்லது ஆலோசனை வழங்குவதற்கான தெளிவான நடைமுறைகள் உருவாக்கப்பட வேண்டும்.

14. அரசு "Child Safe School" மற்றும் "Child Safe Sports Academy" என்ற தரச்சான்று முறையை அறிமுகப்படுத்த வேண்டும்.

15. ஒவ்வொரு குழந்தைக்கும், "பயம் இல்லாமல் புகார் தெரிவிக்கும் உரிமை" நடைமுறையில் உறுதி

செய்யப்பட வேண்டும்.

முடிவுரை:

ஒரு குழந்தையை பாதுகாப்பது என்பது ஒரு உயிரைக் காப்பாற்றுவது மட்டுமல்ல; ஒரு குடும்பத்தையும், ஒரு சமுதாயத்தையும், ஒரு நாட்டின் எதிர்காலத்தையும் பாதுகாப்பதாகும். குழந்தைகள் பாதுகாப்பு என்பது சட்டத்தின் கடமை மட்டுமல்ல; அது மனிதநேயத்தின் உயர்ந்த பொறுப்பாகும்.

POLICY RECOMMENDATIONS TO STRENGTHEN CHILD PROTECTION

Child Protection Requires Prevention, Accountability, and Strong Systems.

Protecting children is not the responsibility of parents alone. It is a shared responsibility of the Government, educational institutions, sports organizations, law enforcement agencies, and society.

The ultimate objective should not merely be to punish offenders after abuse occurs, but to establish systems that prevent abuse before it happens.

The following policy measures are recommended:

1. Every school, college, sports academy, and residential institution should adopt a mandatory Child Safety Policy.

2. Police background verification should be compulsory for every person working directly with children.

3. Every institution should appoint a Child Protection Officer.

4. District-level Child Protection Monitoring Committees should conduct periodic inspections.

5. Every child should receive mandatory awareness programmes on POCSO, cyber safety, safe and unsafe touch, and child helplines at least twice a year.

6. Annual child protection orientation programmes should be conducted for parents.

7. Anonymous child complaint portals and dedicated child help desks should be established.

8. CCTV safety protocols should be implemented and periodically audited.

9. All sports coaches and private training centres working with children should be registered and periodically inspected.

10. Child protection complaints should be investigated within prescribed timelines.

11. Parents and guardians who report suspected abuse should receive protection against threats or intimidation wherever necessary.

12. Annual Child Safety Audits should be mandatory

in educational and sports institutions.

13. Clear guidelines should regulate one-to-one interactions between adults and children in closed environments.

14. Governments should introduce "Child Safe School" and "Child Safe Sports Academy" certification systems.

15. Every child should be assured of the right to report abuse without fear.

Conclusion:

Protecting one child means protecting one family, one community, and the future of the nation. Child protection is not merely a legal obligation; it is one of humanity's highest responsibilities.

குழந்தைகள் பாதுகாப்பிற்கான அரசாங்கத்திற்கு பரிந்துரைகள்

"ஒரு குழந்தையின் பாதுகாப்பு என்பது ஒரு குடும்பத்தின் பொறுப்பு மட்டுமல்ல; அது ஒரு நாட்டின் நாகரிகத்தின் அளவுகோல்."

குழந்தைகளுக்கு எதிரான பாலியல் குற்றங்களை முற்றிலும் தடுக்க, சட்டங்களை மட்டும் இயற்றுவது போதுமானதல்ல. அந்தச் சட்டங்கள் துரிதமாகவும், நேர்மையாகவும், அச்சமின்றியும் செயல்படுத்தப்பட வேண்டும். அதற்காக பின்வரும் நடவடிக்கைகளை அரசாங்கம் பரிசீலிக்கலாம்.

1. ஒவ்வொரு பள்ளியிலும் கட்டாய குழந்தைகள் பாதுகாப்புக் குழு (Child Protection Committee) அமைக்கப்பட வேண்டும்.

2. அனைத்து பள்ளி ஆசிரியர்கள், விளையாட்டு பயிற்சியாளர்கள், விடுதி பொறுப்பாளர்கள் மற்றும் குழந்தைகளுடன் பணிபுரியும் நபர்களுக்கு ஆண்டுதோறும் POCSO சட்டம் குறித்த கட்டாய பயிற்சி வழங்கப்பட வேண்டும்.

3. ஒவ்வொரு பள்ளியிலும் "குழந்தைகள் பாதுகாப்பு பெட்டி" (Child Safety Complaint Box) அமைத்து, குழந்தைகள் அச்சமின்றி புகார் அளிக்கும் வசதி ஏற்படுத்த வேண்டும்.

4. மாவட்ட அளவில் குழந்தைகள் பாதுகாப்பு விரைவு பதில் குழு (Rapid Child Protection Response Team) அமைக்கப்பட வேண்டும்.

5. குழந்தைகளுடன் பணிபுரியும் அனைத்து பயிற்சியாளர்கள் மற்றும் தனியார் அகாடமிகளின் பின்னணி சரிபார்ப்பு (Background Verification) கட்டாயமாக்கப்பட வேண்டும்.

6. குழந்தைகள் தொடர்பான புகார்கள் பதிவு செய்ய மறுப்பது அல்லது காலதாமதப்படுத்துவது குறித்து தனிப்பட்ட கண்காணிப்பு அமைப்பு உருவாக்கப்பட வேண்டும்.

7. POCSO வழக்குகளை விசாரிக்கும் காவல்துறை அதிகாரிகளுக்கு சிறப்பு உளவியல் மற்றும் குழந்தை நட்பு விசாரணை பயிற்சி வழங்கப்பட வேண்டும்.

8. பாதிக்கப்பட்ட குழந்தைகளுக்கும் பெற்றோருக்கும் இலவச மனநல ஆலோசனை, சட்ட உதவி மற்றும் மறுவாழ்வு திட்டங்கள் உடனடியாக வழங்கப்பட வேண்டும்.

9. விளையாட்டு அகாடமிகள், தனியார் பயிற்சி மையங்கள் மற்றும் விடுதிகளில் CCTV, வருகைப் பதிவு மற்றும் பாதுகாப்பு நடைமுறைகள் கட்டாயமாக்கப்பட வேண்டும்.

10. குழந்தைகள் தொடர்பான வழக்குகளில் டிஜிட்டல் ஆதாரங்களை பாதுகாக்கும் சிறப்பு இணையவழி ஆய்வு பிரிவு வலுப்படுத்தப்பட வேண்டும்.

11. பள்ளி மற்றும் கல்லூரி பாடத்திட்டங்களில் "நல்ல தொடுதல் கெட்ட தொடுதல்", இணையப் பாதுகாப்பு மற்றும் சட்ட விழிப்புணர்வு கட்டாய பாடமாக சேர்க்கப்பட வேண்டும்.

12. POCSO வழக்குகளின் விசாரணை முன்னேற்றத்தை உயரதிகாரிகள் மாதந்தோறும் ஆய்வு செய்யும் கண்காணிப்பு முறை உருவாக்கப்பட வேண்டும்.

13. புகார் அளித்த குழந்தை அல்லது பெற்றோருக்கு எதிராக மிரட்டல், சமூக அழுத்தம் அல்லது பழிவாங்கும் நடவடிக்கைகள் மேற்கொள்ளப்பட்டால் உடனடி காவல் பாதுகாப்பு வழங்கப்பட வேண்டும்.

14. ஒவ்வொரு மாவட்டத்திலும் குழந்தைகள் பாதுகாப்பு விழிப்புணர்வு மாதம் கொண்டாடப்பட்டு பொதுமக்களுக்கு தொடர்ச்சியான சட்ட விழிப்புணர்வு வழங்கப்பட வேண்டும்.

15. "குழந்தையின் குரலை முதலில் கேளுங்கள்; பின்னர் விசாரியுங்கள்" என்ற கொள்கை அனைத்து அரசு துறைகளிலும் நடைமுறைப்படுத்தப்பட வேண்டும்.

முடிவுரை:

ஒரு குழந்தையை பாதுகாப்பது ஒரு சட்டக் கடமை மட்டுமல்ல; அது மனிதகுலத்தின் உயர்ந்த பொறுப்பு.

இன்றைய பாதுகாப்பான குழந்தை,
நாளைய பாதுகாப்பான சமுதாயத்தை
உருவாக்குவாள்.

"குழந்தையின் சிரிப்பை பாதுகாப்போம்...
நாட்டின் எதிர்காலத்தை பாதுகாப்போம்."

RECOMMENDATIONS TO THE GOVERNMENT FOR CHILD PROTECTION

"The safety of a child is not merely a family's responsibility; it is the measure of a nation's civilization."

Preventing child sexual abuse requires more than strong laws. Those laws must be implemented promptly, fairly, professionally, and without fear or favour. The following policy recommendations may strengthen child protection.

1. Establish a mandatory Child Protection Committee in every school.

2. Provide annual compulsory POCSO training for teachers, sports coaches, hostel staff, and everyone working with children.

3. Install a confidential Child Safety Complaint Box in every educational institution.

4. Create District Rapid Child Protection Response Teams to respond immediately to child safety complaints.

5. Make background verification mandatory for all coaches, trainers, volunteers, and private academies working with children.

6. Develop an independent monitoring mechanism to review delays or refusal in registering complaints involving children.

7. Provide specialized child-friendly investigation and trauma-informed training for police officers handling POCSO cases.

8. Ensure immediate access to psychological counselling, legal aid, and rehabilitation services for child victims and their families.

9. Make CCTV surveillance, visitor records, and child safety protocols mandatory in sports academies, hostels, and coaching centres.

10. Strengthen digital forensic units to preserve and examine electronic evidence in child abuse cases.

11. Introduce compulsory lessons on Good Touch–Bad Touch, online safety, and child protection laws in school curricula.

12. Conduct monthly supervisory reviews of all pending POCSO investigations by senior officers.

13. Provide immediate protection to children and parents who face intimidation, threats, or retaliation after reporting offences.

14. Organize annual Child Protection Awareness Campaigns in every district with active public participation.

15. Adopt the guiding principle: "Listen to the child first; investigate with sensitivity and fairness."

Conclusion

Protecting a child is not only a legal obligation—it is a moral responsibility shared by society.

A safe child today builds a safer nation tomorrow.

"Protect every child's smile...
Protect the future of our nation."

குழந்தைகள் பாதுகாப்பு உறுதிமொழி

"குழந்தை பாதுகாப்பு என்பது சட்டத்தின் கடமை மட்டுமல்ல; அது ஒவ்வொரு மனிதனின் மனசாட்சியின் கடமையாகும்."

இந்த நூலை வாசிக்கும் ஒவ்வொருவரும் பின்வரும் உறுதிமொழிகளை மனதார ஏற்க வேண்டும்.

1. ஒவ்வொரு குழந்தையையும் மரியாதையுடனும் பாதுகாப்புடனும் நடத்துவேன்.

2. குழந்தையின் உடல், மனம் மற்றும் தனியுரிமையை எப்போதும் மதிப்பேன்.

3. குழந்தை கூறும் எந்தவொரு புகாரையும் அலட்சியப்படுத்த மாட்டேன்.

4. "இது சிறிய விஷயம்" என்று எந்த குற்றத்தையும் மறைக்க மாட்டேன்.

5. குழந்தைக்கு எதிரான எந்தவொரு பாலியல், உடல் அல்லது மன வன்முறையையும் கண்டால் உடனடியாக சம்பந்தப்பட்ட அதிகாரிகளிடம் தெரி விப்பேன்.

6. சமூகத்தில் குழந்தைகள் பாதுகாப்பு குறித்த விழிப்புணர்வை ஏற்படுத்த தொடர்ந்து செயல்படுவேன்.

7. குழந்தைகளுக்கு நல்ல தொடுதல் – கெட்ட தொடுதல், இணையப் பாதுகாப்பு மற்றும் தற்காப்பு குறித்து கற்றுக் கொடுப்பேன்.

8. பள்ளி, கல்லூரி, விளையாட்டு மையம் மற்றும் மத அமைப்புகள் அனைத்திலும் குழந்தைகள் பாதுகாப்பு நடைமுறைகள் பின்பற்றப்படுகிறதா என்பதை உறுதி செய்ய முயற்சிப்பேன்.

9. பாதிக்கப்பட்ட குழந்தையையோ குடும்பத்தையோ குற்றம் சாட்டாமல், அவர்களுக்கு ஆதரவாக இருப்பேன்.

10. குழந்தையின் குரலை மதிப்பேன்; அவர்களின் பாதுகாப்பை முதன்மையாகக் கருதுவேன்.

நமது உறுதி:

குழந்தைகளை நம்புவோம்.
குழந்தைகளை பாதுகாப்போம்.

குற்றங்களை மறைக்க மாட்டோம்.
சட்டத்தை மதிப்போம்.
பாதுகாப்பான சமுதாயத்தை உருவாக்குவோம்.

"ஒரு குழந்தையின் கண்ணீரை துடைப்பதே மனிதநேயத்தின் உயர்ந்த வடிவமாகும்."

CHILD PROTECTION CHARTER

"Child protection is not only a legal duty; it is a moral responsibility of every human being."

Every reader of this book is encouraged to make the following pledge.

1. I will treat every child with dignity, respect and safety.

2. I will always respect a child's physical, emotional and personal boundaries.

3. I will never ignore a child's complaint or disclosure.

4. I will never dismiss abuse as a "small matter."

5. If I become aware of any form of sexual, physical or emotional abuse against a child, I will promptly report it to the appropriate authorities.

6. I will actively promote child protection awareness in my community.

7. I will educate children about personal safety, Good Touch–Bad Touch, online safety and self-protection.

8. I will encourage schools, sports academies, hostels and institutions to implement effective child protection policies.

9. I will support child victims and their families without blaming or shaming them.

10. I will always place the safety, dignity and best interests of every child above everything else.

Our Pledge

- Believe children.
- Protect children.
- Never conceal abuse.
- Respect the rule of law.
- Build a safer society for every child.

"The greatest service to humanity is protecting the smile of a child."

குழந்தைகள் பாதுகாப்பு – பாலியல் பாதுகாப்பைத் தாண்டி...

"ஒரு குழந்தையை பாதுகாப்பது என்பது, ஒரு குற்றத்திலிருந்து காப்பாற்றுவது மட்டுமல்ல; வாழ்க்கையின் ஒவ்வொரு ஆபத்திலிருந்தும் பாதுகாப்பதே உண்மையான பாதுகாப்பாகும்."

குழந்தைகளின் பாதுகாப்பு என்பது பாலியல் குற்றங்களைத் தடுப்பதோடு முடிவதில்லை. வீட்டிலும்,

பள்ளியிலும், சாலையிலும், இணையத்திலும், பயணங்களிலும், விளையாட்டிலும், அன்றாட வாழ்க்கையின் ஒவ்வொரு சூழலிலும் பாதுகாப்பு குறித்த விழிப்புணர்வு அவசியமாகும்.

பெற்றோர்கள் மற்றும் பாதுகாவலர்கள் கவனிக்க வேண்டிய முக்கிய அம்சங்கள்:

- 18 வயதிற்கு குறைவான குழந்தைகளுக்கு சட்டப்படி வாகனம் ஓட்ட அனுமதிக்கக் கூடாது. ஓட்டுநர் உரிமம் (Driving Licence) இல்லாமல் இருசக்கர அல்லது நான்கு சக்கர வாகனங்களை இயக்க அனுமதிக்கக் கூடாது.
- குழந்தைகளை தெருவோரங்களில் நிறுத்தப்பட்டிருக்கும் வாகனங்களில் தனியாக அமர வைத்து விட்டு செல்லக் கூடாது.
- குழந்தைகளை அறிமுகமில்லாத நபர்களுடன் தனியாக அனுப்புவதைத் தவிர்க்க வேண்டும்.
- பள்ளி, பயிற்சி மையம், விளையாட்டு மைதானம், விடுதி போன்ற இடங்களில் குழந்தைகளின் பாதுகாப்பு குறித்து பெற்றோர் தொடர்ந்து கண்காணிக்க வேண்டும்.
- செல்போன் பயன்பாட்டிற்கு வயதுக்கு ஏற்ற கட்டுப்பாடுகள் அவசியம். சமூக வலைதளங்கள், ஆன்லைன் விளையாட்டுகள் மற்றும் அந்நியர்களுடன் தொடர்பு கொள்ளுதல் போன்றவற்றில் விழிப்புணர்வு ஏற்படுத்த வேண்டும்.
- குழந்தைகள் பகிரும் புகைப்படங்கள், வீடியோக்கள் மற்றும் தனிப்பட்ட தகவல்கள் இணையத்தில்

நிரந்தரமாக பரவக்கூடும் என்பதை அவர்களுக்கு எடுத்துரைக்க வேண்டும்.

வீட்டில் LPG கேஸ் சிலிண்டர், அடுப்பு, மின்சார சாதனங்கள், மருந்துகள், ரசாயனப் பொருட்கள், கூர்மையான கருவிகள் போன்றவற்றை குழந்தைகள் எட்டாத இடத்தில் பாதுகாப்பாக வைக்க வேண்டும்.

வீட்டில் கேஸ் கசிவு ஏற்பட்டால் உடனடியாக கேஸ் வால்வை மூடுதல், மின்சார ஸ்விட்ச்களை இயக்காமல் இருப்பது, கதவு மற்றும் ஜன்னல்களைத் திறப்பது போன்ற அடிப்படை பாதுகாப்பு முறைகளை குடும்பத்தினர் அனைவரும் அறிந்திருக்க வேண்டும்.

குழந்தைகளை வீட்டில் நீண்ட நேரம் தனியாக விட்டுச் செல்லாமல் இருப்பது மிகவும் முக்கியம்.

நீச்சல் குளம், கிணறு, மாடி, திறந்த நீர்த்தேக்கம் போன்ற ஆபத்தான இடங்களில் குழந்தைகளை தனியாக விடக்கூடாது.

அவசரநிலை எண்கள் (112, 1098), பெற்றோர் மற்றும் உறவினர்களின் தொலைபேசி எண்களை குழந்தைகள் மனப்பாடமாக அறிந்திருக்க வேண்டும்.

குழந்தைகளின் நடத்தை, மனநிலை, நண்பர்கள் வட்டம் மற்றும் திடீர் மாற்றங்களை பெற்றோர் கவனிக்க வேண்டும்.

பாதுகாப்பு என்பது ஒரு சட்ட விதி அல்ல; அது குடும்பத்தின் பண்பாடு. பாதுகாப்பு என்பது ஒரு நாள் கற்றுக் கொடுக்கும் பாடமல்ல; தினமும் நடைமுறைப்படுத்த வேண்டிய வாழ்க்கை முறை.

ஒரு குழந்தையை பாதுகாப்பது என்பது, அதன் எதிர்காலத்தையே பாதுகாப்பதாகும்.

"குழந்தைகளை பாதுகாப்போம்... பாதுகாப்பான சமூகத்தை உருவாக்குவோம்."

CHILD SAFETY BEYOND POCSO – A COMPLETE SAFETY APPROACH

"Protecting a child is not merely preventing one crime; it is safeguarding every aspect of the child's life."

Child protection is not limited to preventing sexual offences. True child safety includes protection at home, in schools, on roads, during travel, on the internet, while playing, and in every aspect of daily life.

Every parent and guardian should remember the following:

- Never allow a child below the legal age to drive any vehicle.
- Do not permit children to ride or drive vehicles without a valid driving licence.
- Never leave children alone inside parked vehicles.
- Avoid sending children alone with unfamiliar persons.
- Parents should regularly monitor children's safety in schools, sports academies, hostels and tuition centres.
- Mobile phone usage should be age-appropriate and supervised. Children must be educated about social media, online gaming, cyber safety and communication with strangers.
- Teach children that photographs, videos and personal information shared online may remain permanently accessible.

- Store LPG cylinders, gas stoves, electrical appliances, medicines, chemicals and sharp objects safely beyond the reach of children.
- Every family member should know the basic emergency procedures in case of gas leakage, including shutting off the gas supply, avoiding electrical switches and ventilating the house.
- Avoid leaving children alone at home for extended periods.
- Never leave children unattended near swimming pools, wells, rooftops or other hazardous locations.
- Children should memorise important emergency numbers such as 112 and Child Helpline 1098, along with the contact numbers of their parents.
- Parents should closely observe changes in their child's behaviour, emotional condition, friendships and daily routine.

Safety is not merely a legal responsibility; it is a culture that every family should practice. Child safety is not a one-day lesson but a lifelong commitment.

Protecting a child means protecting the future of our society.

"Protect Every Child... Build a Safer Tomorrow."

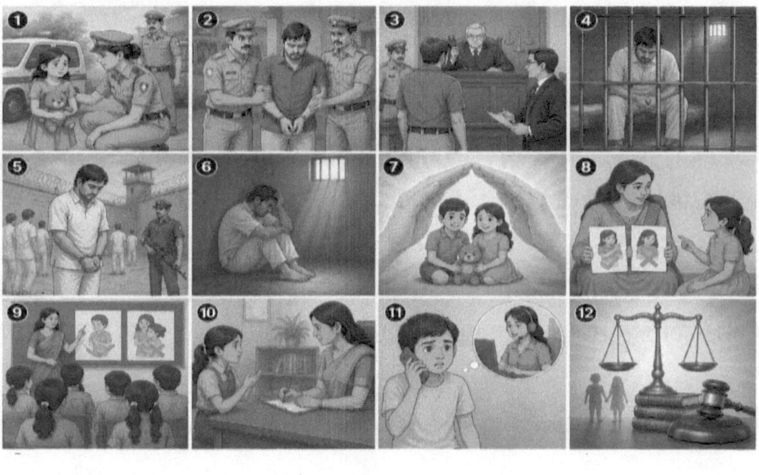

POCSO சட்டத்தின் கீழ் பாதிக்கப்பட்ட குழந்தைகளுக்கு அரசு நிதி நிவாரணம் கிடைக்குமா?

POCSO (Protection of Children from Sexual Offences) சட்டத்தின் கீழ் பாதிக்கப்பட்ட குழந்தைகளின் பெற்றோர்கள் மற்றும் பொதுமக்களிடம் அடிக்கடி எழும் கேள்விகளில் முக்கியமான ஒன்று, "பாதிக்கப்பட்ட குழந்தைக்கு அரசு நிதி நிவாரணம் வழங்கப்படுமா?" என்பதாகும்.

இதற்கான பதில், "ஆம், தகுதியான சூழ்நிலைகளில் வழங்கப்படலாம்" என்பதாகும். இருப்பினும், ஒவ்வொரு POCSO வழக்கிலும் தானாகவே அரசு நிதி நிவாரணம் வழங்கப்படும் என்று சட்டம் கூறவில்லை. ஒவ்வொரு வழக்கின் தன்மை, குழந்தைக்கு ஏற்பட்ட பாதிப்பு மற்றும் நடைமுறையில் உள்ள சட்ட விதிகளின் அடிப்படையில் மட்டுமே நிதி நிவாரணம் வழங்குவது குறித்து முடிவு செய்யப்படுகிறது.

நிதி நிவாரணத்தின் நோக்கம், குழந்தைக்கு எதிராக நடைபெற்ற குற்றத்திற்கு பண மதிப்பை நிர்ணயிப்பது அல்ல. மாறாக, பாதிக்கப்பட்ட குழந்தை மருத்துவ சிகிச்சை, உளவியல் ஆலோசனை, கல்வி, மறுவாழ்வு மற்றும் இயல்பான வாழ்க்கைக்கு திரும்புவதற்குத் தேவையான ஆதரவைப் பெற உதவுவதே அதன் முக்கிய நோக்கமாகும்.

நிதி நிவாரணம் வழங்குவது குறித்து பரிசீலிக்கும் போது, சம்பந்தப்பட்ட அதிகாரிகள்

அல்லது நீதிமன்றம் பொதுவாக பின்வரும் அம்சங்களை கருத்தில் கொள்ளலாம்:

குற்றத்தின் தன்மை மற்றும் தீவிரம்.

குழந்தைக்கு ஏற்பட்ட உடல் மற்றும் மனரீதியான பாதிப்பு.

மருத்துவச் செலவுகள் மற்றும் எதிர்கால சிகிச்சையின் அவசியம்.

கல்வியில் ஏற்பட்ட பாதிப்பு.

மறுவாழ்வு மற்றும் நீண்டகால பாதுகாப்புத் தேவைகள்.

குழந்தை மற்றும் அவரது குடும்பம் எதிர்கொண்ட பொருளாதார சிரமங்கள்.

எனவே, அனைத்து வழக்குகளிலும் ஒரே அளவிலான நிதி நிவாரணம் வழங்கப்படாது. ஒவ்வொரு வழக்கின் உண்மை நிலை, குழந்தைக்கு ஏற்பட்ட பாதிப்பு, மறுவாழ்வுத் தேவைகள் மற்றும் நடைமுறையில் உள்ள பாதிக்கப்பட்டோர் நிவாரணத் திட்டத்தின் அடிப்படையில் வழங்கப்படும் தொகை மாறுபடும்.

பெற்றோர்களும் பாதுகாவலர்களும் நினைவில் கொள்ள வேண்டிய முக்கியமான விஷயம் என்னவென்றால், அரசு நிதி நிவாரணம் வழங்கப்பட்டாலும் குற்றவியல் வழக்கு முடிவடையாது. குற்றம் நிரூபிக்கப்பட்டால், குற்றம் சாட்டப்பட்ட நபருக்கு எதிரான விசாரணையும் நீதிமன்ற நடவடிக்கைகளும் சட்டப்படி தொடர்ந்து நடைபெறும்.

நிதி நிவாரணம் மட்டுமல்லாமல், பாதிக்கப்பட்ட குழந்தைக்கு இலவச மருத்துவ சிகிச்சை, உளவியல்

ஆலோசனை, சட்ட உதவி, மறுவாழ்வு சேவைகள் மற்றும் சட்டப்படி வழங்கப்படும் பிற பாதுகாப்பு உதவிகளும் கிடைக்கக்கூடும்.

எனவே, பாதிக்கப்பட்ட குழந்தையின் பெற்றோர் அல்லது பாதுகாவலர்கள், தங்களது குழந்தை அரசு நிதி நிவாரணம் அல்லது பிற சட்ட உதவிகளைப் பெற தகுதியுடையவர் என்று கருதினால், உரிய சட்ட ஆலோசனையைப் பெற்று சம்பந்தப்பட்ட அதிகாரிகள் அல்லது நீதிமன்றத்தை அணுகுவது நல்லது.

முக்கிய குறிப்பு

POCSO வழக்குகளில் அரசு நிதி நிவாரணம் வழங்கப்படுவது ஒவ்வொரு வழக்கின் தனிப்பட்ட உண்மை நிலை, குழந்தைக்கு ஏற்பட்ட பாதிப்பு மற்றும் நடைமுறையில் உள்ள சட்ட விதிகள் மற்றும் பாதிக்கப்பட்டோர் நிவாரணத் திட்டத்தின் அடிப்படையில் தீர்மானிக்கப்படுகிறது. எனவே, அனைத்து POCSO வழக்குகளிலும் தானாகவே அரசு நிதி நிவாரணம் கிடைக்கும் என்று கருதக்கூடாது. ஒவ்வொரு வழக்கும் சட்டப்படி தனித்தனியாக மதிப்பீடு செய்யப்பட்டு முடிவு செய்யப்படும்.

ARE CHILD VICTIMS UNDER THE POCSO ACT ENTITLED TO GOVERNMENT COMPENSATION?

One of the most common questions raised by parents and members of the public is whether a child who becomes a victim under the Protection of Children from Sexual Offences (POCSO) Act is entitled to receive financial compensation from the Government.

The answer is yes, in appropriate cases. However, it is important to understand that financial compensation is not automatically granted in every POCSO case. The grant of compensation depends upon the facts and circumstances of each individual case and the applicable provisions of law.

The primary objective of compensation is not to place a monetary value on the offence committed against a child. Instead, it is intended to assist the child in recovery, rehabilitation and reintegration into society by meeting expenses relating to medical treatment, psychological counselling, education, shelter and other essential needs arising out of the offence.

While considering compensation, the competent authority or court may take into account several factors, including:

- The nature and gravity of the offence.
- The physical and psychological impact on the child.
- Medical expenses and future treatment requirements.
- Educational disruption caused by the offence.
- The need for rehabilitation and long-term support.
- Financial hardship suffered by the child or the child's family.

The amount of compensation is not the same in every case. It varies depending upon the seriousness of the offence, the extent of physical or psychological injury, the rehabilitation needs of the child and the applicable Victim Compensation Scheme or other statutory provisions in force.

Parents and guardians should also understand that the award of compensation does not bring the criminal proceedings to an end. Even where compensation is granted, the criminal investigation and prosecution continue independently, and the accused remains liable to face trial and punishment if found guilty.

Apart from financial compensation, child victims may also be entitled to various support services such as free medical treatment, psychological counselling, legal assistance, rehabilitation measures and other protective services available under the law.

Parents and guardians should seek appropriate legal advice and approach the competent authorities or courts whenever they believe that the child may be entitled to compensation or other statutory assistance.

Important Note

Government compensation in POCSO cases is determined on the basis of the facts and circumstances of each individual case and the applicable legal provisions, including the Victim Compensation Scheme wherever applicable. It should not be assumed that every POCSO case automatically results in financial compensation. Each case is independently assessed in accordance with law by the competent authority or court.

POCSO வழக்குகளில் சமரசம் செய்ய முடியுமா? பணம் கொடுத்தால் வழக்கு முடிந்து விடுமா?

POCSO (Protection of Children from Sexual Offences) சட்டத்தின் கீழ் பதிவு செய்யப்படும் வழக்குகளில், "பாதிக்கப்பட்ட குழந்தைக்கு அல்லது அவரது குடும்பத்தினருக்கு ஒரு குறிப்பிட்ட தொகை

பணம் வழங்கி வழக்கை முடித்துக் கொள்ளலாம்" என்று பலர் தவறாக நம்புகின்றனர். இது சட்டம் குறித்து நிலவும் மிகப்பெரிய தவறான புரிதல்களில் ஒன்றாகும்.

POCSO சட்டம் குழந்தைகளுக்கு எதிரான பாலியல் குற்றங்களை மிகவும் தீவிரமான குற்றங்களாகக் கருதுகிறது. எனவே, இவ்வகை குற்றங்கள் தனிப்பட்ட குடும்பத் தகராறுகளாகவோ அல்லது பணம் கொடுத்து சமரசம் செய்து முடித்துக் கொள்ளக்கூடிய விவகாரங்களாகவோ சட்டம் கருதுவதில்லை.

குற்றம் தொடர்பாக உரிய ஆதாரங்கள் இருப்பின், குற்றவியல் விசாரணையும் நீதிமன்ற நடவடிக்கைகளும் சட்டப்படி தொடரும். பாதிக்கப்பட்ட குழந்தை அல்லது அவரது குடும்பத்தினர் பணம் பெற்றுக் கொண்டாலும், அதனால் மட்டுமே குற்றவியல் நடவடிக்கைகள் தானாகவே முடிவடையும் என்று கூற முடியாது.

சில நேரங்களில், "பெரிய தொகை பணம் வாங்கிக் கொள்ளுங்கள்; வழக்கை வாபஸ் வாங்குங்கள்", "இனி நீதிமன்றம் செல்ல வேண்டியதில்லை", "இது சமரசமாக முடிந்து விடும்" என்று கூறி ஏமாற்ற முயற்சிகள் நடைபெறலாம். இதுபோன்ற ஆலோசனைகளை கண்மூடித்தனமாக நம்புவது பாதிக்கப்பட்ட குடும்பத்திற்கு மேலும் சட்ட சிக்கல்களை உருவாக்கக்கூடும்.

ஒரு குற்றவியல் வழக்கின் முடிவு என்பது தனிப்பட்ட சமரசத்தின் அடிப்படையில் அல்ல;

கிடைக்கும் ஆதாரங்கள், விசாரணை மற்றும் நீதிமன்றத்தின் சட்டபூர்வமான முடிவின் அடிப்படை யிலேயே அமையும்.

அதேபோல், பாதிக்கப்பட்ட குழந்தைக்கு அரசு வழங்கும் நிதி நிவாரணமும், குற்றம் சாட்டப்பட்ட நபர் வழங்க முன்வரும் தனிப்பட்ட தொகையும் இரண்டும் முற்றிலும் வேறுபட்டவை. அரசு வழங்கும் நிதி நிவாரணம் என்பது குழந்தையின் மறுவாழ்வு மற்றும் நலனுக்காக சட்டத்தின் கீழ் வழங்கப்படும் உதவியாகும். அது குற்றவியல் வழக்கை முடிவுக்கு கொண்டு வருவதற்கான சமரசத் தொகை அல்ல.

எனவே, POCSO வழக்குகளில் எந்தவொரு சமரச முன்மொழிவையும் ஏற்கும் முன், பெற்றோர்கள் அல்லது பாதுகாவலர்கள் தகுதியான வழக்கறிஞரின் சட்ட ஆலோசனையைப் பெறுவது மிகவும் அவசியமாகும். சட்டத்தின் விளைவுகளை முழுமையாக அறியாமல் எடுக்கப்படும் முடிவுகள், பின்னர் திருத்த முடியாத பாதிப்புகளை ஏற்படுத்தக்கூடும்.

முக்கியமாக, குழந்தையின் பாதுகாப்பு, நலன் மற்றும் நீதி என்பவையே எப்போதும் முதன்மையாக இருக்க வேண்டும். பொருளாதார நன்மை அல்லது சமரச முயற்சிகள் குழந்தையின் உரிமைகளையும், சட்டத்தின் நோக்கத்தையும் பாதிக்கக் கூடாது.

முக்கிய குறிப்பு

POCSO சட்டத்தின் கீழ் பதிவு செய்யப்படும் வழக்குகள் தொடர்பான சட்ட நடைமுறைகள் ஒவ்வொரு வழக்கின் உண்மை நிலை, குற்றச்சாட்டின்

தன்மை மற்றும் பொருந்தக்கூடிய சட்ட விதிகளின் அடிப்படையில் அமையும். எனவே, எந்தவொரு சமரசம் அல்லது பணப் பரிவர்த்தனையையும் மேற்கொள்வதற்கு முன், தகுதியான சட்ட ஆலோசனையைப் பெறுவது அவசியமாகும்.

CAN A POCSO CASE BE SETTLED? DOES PAYMENT OF MONEY END THE CASE?

One of the most common misconceptions among the public is that a POCSO case can be settled by paying money to the child victim or the victim's family. Many people believe that once compensation is paid, the criminal case will automatically come to an end. This is not a correct understanding of the law.

The Protection of Children from Sexual Offences (POCSO) Act treats offences against children as serious criminal offences. The primary purpose of the Act is to protect children from sexual abuse, exploitation and exploitation of trust. Therefore, such offences are not viewed merely as private disputes between two families.

Even if the accused offers money or the victim's family receives financial assistance from any source, the criminal investigation and court proceedings do not automatically come to an end. The investigation, prosecution and trial are governed by law and depend upon the facts, evidence and the orders of the competent court.

In practice, some individuals may approach the victim's family with statements such as, "Accept this amount and withdraw the case," "There is no need to continue the proceedings," or "Everything can be settled privately." Families should exercise great caution before acting upon such advice. Decisions taken without proper legal guidance may seriously affect their legal rights and interests.

Parents and guardians should also clearly understand the difference between Government victim compensation and a private monetary offer made by the accused or any other person. Government compensation, wherever legally applicable, is intended to support the child's medical care, rehabilitation, education and recovery. It is not a payment made in exchange for withdrawing or closing a criminal case.

Similarly, a private payment offered by an accused person does not automatically terminate criminal proceedings. Whether any legal effect follows depends entirely upon the nature of the offence, the applicable provisions of law and the orders passed by the competent court. Families should therefore never assume that receiving money will automatically bring a POCSO case to an end.

Before accepting any settlement proposal or signing any document, parents or guardians should obtain independent legal advice from a qualified advocate. They should fully understand the legal consequences before making any decision.

Above all, the safety, dignity, rehabilitation and future of the child must always remain the highest priority. Financial considerations should never outweigh the child's legal rights, welfare and access to justice.

Important Note

Every criminal case is decided on its own facts and the applicable law. Whether any legal settlement is permissible depends upon the specific statutory provisions, the nature of the allegations and the orders of the competent court. Families should always seek proper legal advice before making decisions relating to any criminal proceedings.

குழந்தை பாதிக்கப்பட்டதாக சந்தேகம் ஏற்பட்டால் பெற்றோர் உடனடியாக என்ன செய்ய வேண்டும்?

குழந்தைக்கு எதிராக பாலியல் குற்றம் நடைபெற்றிருக்கலாம் என்ற சந்தேகம் ஏற்பட்டவுடன் பெற்றோர்களும் பாதுகாவலர்களும் பதற்றப்படாமல், சட்டப்படி சரியான நடவடிக்கைகளை உடனடியாக மேற்கொள்ள வேண்டும்.

முதலில் குழந்தையின் உடல் மற்றும் மன பாதுகாப்பை உறுதி செய்யுங்கள்.

குழந்தையை திட்டவோ, மிரட்டவோ, குற்றம் சாட்டவோ கூடாது.

குழந்தை கூறும் தகவல்களை அமைதியாகக் கேட்டு பதிவு செய்து கொள்ளுங்கள்.

WhatsApp உரையாடல்கள், புகைப்படங்கள், காணொளிகள், மொபைல் போன், சமூக ஊடக பதிவுகள் போன்ற ஆதாரங்களை அழிக்கவோ மாற்றவோ கூடாது.

தேவையானால் உடனடியாக மருத்துவ பரிசோதனை செய்து கொள்ளுங்கள்.

அருகிலுள்ள காவல் நிலையம் அல்லது அனைத்து மகளிர் காவல் நிலையத்தில் புகார் அளிக்கவும்.

தேவையானால் குழந்தைகள் பாதுகாப்பு அமைப்புகள் மற்றும் சட்ட உதவியை அணுகவும்.

குழந்தையின் பெயர், புகைப்படம் அல்லது அடையாளத்தை சமூக ஊடகங்களில் பகிர வேண்டாம்.

எந்தவொரு ஆவணத்திலும் சட்ட ஆலோசனை

பெறாமல் கையெழுத்திட வேண்டாம்.

குழந்தையின் மனநிலையை கருத்தில் கொண்டு தேவையானால் உளவியல் ஆலோசனையைப் பெறுங்கள்.

ஒரு பெற்றோரின் சரியான நேரத்தில் எடுக்கப்படும் முடிவு, குழந்தையின் எதிர்காலத்தை பாதுகாக்கும் மிகப்பெரிய முதலீடாக அமையும்.

WHAT SHOULD PARENTS DO IMMEDIATELY IF A CHILD IS SUSPECTED TO BE A VICTIM?

If there is a suspicion that a child may have been subjected to sexual abuse or exploitation, parents and guardians should remain calm and act promptly in accordance with the law.

- Ensure the child's immediate physical and emotional safety.
- Do not threaten, blame or humiliate the child.
- Listen carefully to the child's version and document the facts.
- Preserve electronic evidence such as WhatsApp chats, photographs, videos, mobile phones and social media communications.
- Obtain immediate medical attention whenever necessary.
- Lodge a complaint before the jurisdictional police or the All Women Police Station.
- Seek assistance from child protection authorities and obtain proper legal advice.
- Never disclose the child's identity, photograph or personal details in public or on social media.
- Do not sign any document without understanding its legal implications.
- Obtain psychological counselling for the child when-

ever required.

A timely and informed decision by parents can play a vital role in protecting the child's future.

POCSO சட்டம் குறித்து பொதுமக்களிடம் நிலவும் சில தவறான நம்பிக்கைகள்

பணம் கொடுத்தால் POCSO வழக்கு முடிந்து விடும் – தவறான நம்பிக்கை.

குழந்தை புகார் அளிக்கவில்லை என்றால் வழக்கு இருக்காது – தவறான நம்பிக்கை.

பெண் குழந்தைகளுக்கு மட்டுமே POCSO சட்டம் பொருந்தும் – தவறு.

ஆண் குழந்தைகளுக்கும் POCSO சட்டத்தின் பாதுகாப்பு உண்டு – உண்மை.

குழந்தையின் பெயர் மற்றும் புகைப்படத்தை வெளி யிடலாம் – தவறு.

சமூக வலைதளத்தில் ஆதாரங்களை வெளியிடுவது உதவியாக இருக்கும் – தவறு.

போலீசில் புகார் கொடுத்த பிறகு ஆதாரங்கள் தேவை யில்லை – தவறு.

பெற்றோர் சமரசம் செய்தால் வழக்கு முடிந்து விடும் – தவறு.

குழந்தையின் நலனே POCSO சட்டத்தின் முக்கிய நோக்கம் – உண்மை.

ஒவ்வொரு வழக்கும் அதன் உண்மை நிலை மற்றும் சட்டத்தின் அடிப்படையில் தனித்தனியாக பரிசீலிக்கப்படும் – உண்மை.

COMMON MISCONCEPTIONS ABOUT THE POCSO ACT

- Paying money will automatically end a POCSO case – Fals
- No case exists if the child does not lodge a complaint – False.
- The POCSO Act protects only girl children – False.
- The Act also protects boy children – True.
- The identity of the child can be disclosed publicly – False.
- Posting evidence on social media will help the case – False.
- No evidence is required after filing a police complaint – False.
- A private settlement between families automatically ends the case – False.
- The primary objective of the POCSO Act is the protection and welfare of children – True.
- Every case is decided independently based on its own facts, evidence and the applicable law – True.

POCSO வழக்குகள் எவ்வாறு விசாரிக்கப்படுகின்றன? தண்டனைகள் என்ன?

குழந்தைகளுக்கு எதிரான பாலியல் குற்றங்களை மிகக் கடுமையான குற்றங்களாகக் கருதும் நோக்கத்துடன் POCSO சட்டம் இயற்றப்பட்டுள்ளது. இதன் முக்கிய நோக்கங்களில் ஒன்று, பாதிக்கப்பட்ட குழந்தை நீண்டகாலம் நீதிக்காக காத்திருக்க வேண்டிய நிலை ஏற்படாமல், வழக்குகளை முடிந்தவரை விரைவாக விசாரித்து நீதியை வழங்குவதாகும்.

இதற்காக, POCSO சட்டத்தின் கீழ் சிறப்பு நீதிமன்றங்கள் (Special Courts) அமைக்கப்பட்டுள்ளன. குழந்தையின் மனநிலை மற்றும் நலனை கருத்தில் கொண்டு, விசாரணை குழந்தைக்கு உகந்த சூழலில் நடைபெற வேண்டும் என்றும் சட்டம் வலியுறுத்துகிறது.

புகார் பதிவு செய்யப்பட்டவுடன், காவல்துறை உடனடியாக விசாரணையைத் தொடங்க வேண்டும். ஆதாரங்களை சேகரித்தல், சாட்சிகளின் வாக்குமூலங்களை பதிவு செய்தல், மருத்துவ மற்றும் மின்னணு ஆதாரங்களை ஆய்வு செய்தல் போன்ற நடவடிக்கைகள் சட்டப்படி மேற்கொள்ளப்படுகின்றன.

விசாரணை முடிந்ததும், குற்றப்பத்திரிகை தாக்கல் செய்யப்பட்டு, வழக்கு சிறப்பு POCSO நீதிமன்றத்தில் விசாரிக்கப்படும். சட்டத்தின் நோக்கம் விரைவான விசாரணை என்றாலும், சாட்சிகள், ஆதாரங்கள், வழக்கின் சிக்கல் மற்றும் பிற நடைமுறை காரணங்களால் சில வழக்குகளில் காலதாமதம் ஏற்படலாம்.

POCSO சட்டத்தின் கீழ் வழங்கப்படும் தண்டனைகள், குற்றத்தின் தன்மை மற்றும் தீவிரத்தைப் பொறுத்து மாறுபடும். சில குற்றங்களுக்கு குறைந்தபட்ச சிறைத்தண்டனை பல ஆண்டுகளாக நிர்ணயிக்கப்பட்டுள்ளது. கடுமையான பாலியல் குற்றங்களுக்கு பத்து ஆண்டுகள், இருபது ஆண்டுகள், ஆயுள் தண்டனை போன்ற கடுமையான தண்டனைகளும் சட்டத்தில் இடம்பெற்றுள்ளன. பொருந்தும் பிரிவைப் பொறுத்து அபராதமும் விதிக்கப்படலாம்.

எனவே, POCSO வழக்குகளை சாதாரண குற்றவியல் வழக்குகளாகக் கருதக் கூடாது. குழந்தையின் பாதுகாப்பு, மனநலம், மறுவாழ்வு மற்றும் நீதியை உறுதி செய்வதே இந்தச் சட்டத்தின் அடிப்படை நோக்கமாகும்.

முக்கிய குறிப்பு

POCSO சட்டத்தின் கீழ் வழங்கப்படும் தண்டனை ஒவ்வொரு வழக்கிலும் பொருந்தும் சட்டப் பிரிவு, குற்றத்தின் தன்மை, கிடைக்கும் ஆதாரங்கள் மற்றும் நீதிமன்றத்தின் தீர்ப்பின் அடிப்படையில் மாறுபடும். எனவே, அனைத்து றிளிசிஷிளி வழக்குகளுக்கும் ஒரே மாதிரியான தண்டனை வழங்கப்படும் என்று கருதக்கூடாது.

வழக்கறிஞர் வி.ர.சதீஷ்குமரன்
சிட்லபாக்கம், சென்னை 64

HOW ARE POCSO CASES INVESTIGATED? WHAT ARE THE PUNISHMENTS UNDER THE POCSO ACT?

The Protection of Children from Sexual Offences (POCSO) Act was enacted to provide comprehensive legal protection to children from sexual offences and to ensure that such offences are investigated and tried with due priority.

One of the primary objectives of the Act is to ensure that child victims are not subjected to unnecessary delay in the criminal justice process. Accordingly, the Act provides for the establishment of Special Courts to conduct the trial of POCSO cases in a child-friendly manner.

Once information regarding a POCSO offence is received, the police are expected to register the case in accordance with law and commence the investigation without unnecessary delay. During the investigation, the authorities collect documentary, medical, scientific and electronic evidence, examine witnesses and take all necessary legal steps to ascertain the truth.

After completion of the investigation, a Final Report (Charge Sheet), wherever applicable, is filed before the Special POCSO Court, where the trial is conducted in accordance with the provisions of the Act and other applicable laws.

Although the law aims for the expeditious investigation and trial of POCSO cases, the actual time required for disposal may vary depending upon the complexity of the case, availability of witnesses, collection of evidence and other judicial or procedural factors.

The POCSO Act prescribes different punishments depending upon the nature and gravity of the offence. The punishment is not the same for every offence.

Generally, the Act provides punishments ranging from imprisonment for several years to rigorous imprisonment, life imprisonment and, in certain categories of offences where permitted by the applicable law, other enhanced punishments as prescribed by Parliament from time to time.

For example, offences involving penetrative sexual assault, aggravated penetrative sexual assault, sexual assault, sexual harassment and the use of children for pornographic purposes carry different punishments under different provisions of the Act.

In addition to imprisonment, the court may also impose a fine wherever the law so provides.

It is important to remember that every POCSO case is decided on the basis of the evidence produced before the court. The punishment depends upon the specific offence proved, the applicable legal provisions and the findings recorded by the competent court.

Important Note

This article is intended only for legal awareness. The punishment applicable in any particular case depends upon the specific provision of the POCSO Act, the facts established during investigation and trial, and the final judgment of the competent court. Therefore, no single punishment applies to every POCSO case.

POCSO வழக்குகளுக்கான சிறப்பு நீதிமன்றங்கள்

குழந்தைகளுக்கு எதிரான பாலியல் குற்றங்களை விரைந்து விசாரித்து, விரைவாக நீதி வழங்கும் நோக்கத்துடன் POCSO சட்டத்தின் கீழ் சிறப்பு நீதிமன்றங்கள் (Special Courts) அமைக்கப்பட்டுள்ளன.

இந்த நீதிமன்றங்கள் குழந்தைகள் தொடர்பான வழக்குகளை முன்னுரிமை அடிப்படையில் விசாரிக்கின்றன. குழந்தையின் மனநிலை, பாதுகாப்பு மற்றும் நலனை கருத்தில் கொண்டு, குழந்தைக்கு உகந்த சூழலில் விசாரணை நடைபெற சட்டம் வழிவகை செய்துள்ளது.

இந்தியாவின் பல்வேறு மாநிலங்களில், உரிய ஆதாரங்கள் மற்றும் விரைவான விசாரணையின் அடிப்படையில், மூன்று மாதங்கள், நான்கு மாதங்கள், ஆறு மாதங்கள் மற்றும் ஓராண்டிற்குள் பல POCSO வழக்குகள் முடிவடைந்து, குற்றவாளிகளுக்கு கடுமையான தண்டனைகள் வழங்கப்பட்டுள்ளன.

POCSO சட்டத்தின் நோக்கம் குற்றவாளியைத் தண்டிப்பது மட்டுமல்ல; பாதிக்கப்பட்ட குழந்தைக்கு விரைவாக நீதி கிடைப்பதையும், குழந்தையின் பாதுகாப்பு மற்றும் மறுவாழ்வை உறுதி செய்வதுமாகும்.

எனவே, POCSO வழக்குகள் சாதாரண குற்றவியல் வழக்குகளாக இல்லாமல், குழந்தைகளின் நலனை முன்னிறுத்தி விசாரிக்கப்படும் முக்கியத்துவம் வாய்ந்த வழக்குகளாகும்.

SPECIAL POCSO COURTS – ENSURING SPEEDY JUSTICE FOR CHILDREN

To ensure the speedy investigation and trial of offences committed against children, the Protection of Children from Sexual Offences (POCSO) Act provides for the establishment of Special Courts.

These Special Courts are dedicated to dealing with offences under the POCSO Act and are intended to conduct child-friendly trials while giving priority to cases involving child victims. The law aims to protect the dignity, privacy, safety and welfare of every child throughout the judicial process.

Across India, several POCSO cases have been investigated, tried and decided within a few months. In appropriate cases, judgments have been delivered within three months, four months, six months and one year, demonstrating the commitment of the criminal justice system to provide timely justice for child victims.

The objective of the POCSO Act is not merely to punish offenders but also to ensure that child victims receive justice without unnecessary delay, while safeguarding their rights, rehabilitation and well-being.

POCSO cases are therefore treated with special importance under the law and are heard before Special Courts established exclusively for offences against children.

சிங்கப்பெண் சிறப்பு அதிரடிப்படை பெண்கள் மற்றும் குழந்தைகளின் பாதுகாப்பிற்கான தமிழ்நாடு அரசின் புதிய முன்னெடுப்பு

பெண்கள் மற்றும் பெண் குழந்தைகளின் பாதுகாப்பை மேலும் வலுப்படுத்தும் நோக்கில், தமிழ்நாடு அரசு "சிங்கப்பெண் சிறப்பு அதிரடிப்படை" (Singappen Special Task Force) என்ற பிரத்யேக மகளிர் காவல் பிரிவை உருவாக்கியுள்ளது. பெண்களுக்கு எதிரான குற்றங்களைத் தடுப்பது, அவசர காலங்களில் விரைந்து உதவி வழங்குவது மற்றும் பொதுமக்கள் அதிகம் கூடும் இடங்களில் பாதுகாப்பான சூழலை உருவாக்குவது ஆகியவை இந்தப் படையின் முக்கிய நோக்கங்களாகும்.

இப்படை பேருந்து நிலையங்கள், ரயில் நிலையங்கள், கல்வி நிறுவனங்கள், தகவல் தொழில்நுட்ப நிறுவனங்கள் அமைந்துள்ள பகுதிகள் மற்றும் பெண்கள் அதிகம் கூடும் பொது இடங்களில் தொடர்ந்து ரோந்துப் பணியில் ஈடுபட்டு, பெண்கள் மற்றும் சிறுமிகளுக்கு எதிரான குற்றங்களைத் தடுக்கும் நடவடிக்கைகளை மேற்கொள்கிறது.

மேலும், பெண்கள் மற்றும் குழந்தைகள் தொடர்பான அவசர புகார்களைப் பெறுதல், காணாமல் போன குழந்தைகளை மீட்பதற்கான நடவடிக்கைகளை ஒருங்கிணைத்தல், குழந்தைத் திருமணங்களைத் தடுப்பது, பாலியல் தொல்லை மற்றும் பெண்களுக்கு எதிரான வன்முறை சம்பவங்களில் உடனடி உதவி வழங்குவது போன்ற பணிகளையும் மேற்கொள்கிறது.

பெண்கள் மற்றும் குழந்தைகள் பாதுகாப்பு தொடர்பாக அவசர உதவி தேவைப்படும் சூழ்நிலைகளில், 24 மணி நேரமும் செயல்படும் பெண்கள் உதவி எண் 1091 அல்லது அவசர காவல் உதவி எண் 112 ஆகியவற்றைத் தொடர்புகொள்ளலாம். அவசர நிலை உருவாகும் முன்பே காவல்துறையை அணுகுவது பல குற்றங்களைத் தடுக்க உதவும்.

பெண்கள் மற்றும் குழந்தைகளின் பாதுகாப்பு என்பது காவல்துறையின் பொறுப்பு மட்டுமல்ல. குடும்பம், கல்வி நிறுவனங்கள், சமூக அமைப்புகள் மற்றும் பொதுமக்கள் இணைந்து செயல்படும் போதுதான் பாதுகாப்பான சமூகத்தை உருவாக்க முடியும். அந்த நோக்கத்தை மேலும் வலுப்படுத்தும் ஒரு முக்கியமான முயற்சியாக "சிங்கப்பெண் சிறப்பு அதிரடிப்படை" அமைந்துள்ளது.

SINGAPPEN SPECIAL TASK FORCE A NEW INITIATIVE OF THE GOVERNMENT OF TAMIL NADU FOR THE SAFETY OF WOMEN AND CHILDREN

To further strengthen the safety and security of women and girl children, the Government of Tamil Nadu has established the "Singappen Special Task Force," a dedicated all-women police unit. The primary objective of this special force is to prevent crimes against women, provide immediate assistance during emergencies and create a safer environment in public places.

The Singappen Special Task Force carries out regular patrols at bus terminals, railway stations, educational institutions, Information Technology (IT) parks and other public places where women and children frequently gather. Through continuous monitoring and prompt intervention, the force aims to prevent harassment, stalking and other offences against women and children.

The Task Force also plays an important role in responding to emergency complaints involving women and children, assisting in the rescue of missing children, preventing child marriages and providing immediate support in cases involving sexual offences, harassment and violence against women.

Women and children requiring emergency assistance may contact the Women's Helpline by dialling 1091 or the Emergency Response Support System by dialling 112. Both services operate round the clock to ensure timely police assistance whenever required.

The safety of women and children is not the responsibility of the police alone. Families, educational institutions, local communities and every responsible citizen share an equal duty in creating a safe society. The Singappen Special Task Force represents an important step towards achieving that goal by strengthening public safety and ensuring a faster response to crimes against women and children.

எப்போது 100க்கு அழைக்க வேண்டும்? யார் யார் அழைக்க வேண்டும்?

திடீரென ஏற்படும் அசம்பாவிதங்கள் மற்றும் சம்பவங்களுக்கே 100 என்ற அவசர காவல் உதவி எண்ணை அழைக்க வேண்டும். 100க்கு பாதிக்கப்பட்டவர்கள்தான் அழைக்க வேண்டும் என்பதில்லை. கலவரம், கலவரம் ஏற்படும் சூழல் என அனைத்து தருணங்களிலும் யார்

வேண்டுமானாலும் அழைக்கலாம்.

அதேபோல், சில தருணங்களில் 100க்கு அழைத்து புகார் அளிக்கத் தெரியாத நபர்களாக இருந்தால், யார் வேண்டுமானாலும் நடந்த பிரச்சனையை தெரிவித்து புகார் அளிக்கலாம்.

நான் சில வேறு தருணங்களில், எனது கட்சிக்காரர்கள் தயக்கத்துடனும் பயத்துடனும் இருந்தபோது, அவர்களுக்காக நான் சம்பவ இடத்திலேயே இல்லை என்றாலும், சம்பவ இடத்தின் விவரம், செல்போன் எண் போன்றவற்றைக் குறிப்பிட்டு 100ல் புகார் அளித்துள்ளேன்.

அவ்வாறு மூன்றாம் நபராக இருந்து நான் புகார் அளித்த தருணங்களிலும் கூட, 100ல் பணியில் இருந்த காவலர்கள் உடனடி துரித நடவடிக்கைகளை எடுத்து பிரச்சனைகளை தீர்த்து வைத்துள்ளனர்.

தன் வீட்டிற்கு வந்து பிரச்சனை செய்பவர்கள், வெளியில் செல்லும் போது பிரச்சனை செய்பவர்கள், "லோன் கட்டியே ஆக வேண்டும்" என்று கூறி வீட்டிற்கு வந்து தொந்தரவு செய்பவர்கள் போன்ற அவசர சூழல்களில், திடீரென ஏற்படும் பிரச்சனைகளிலிருந்து சமாளிக்கவும், தற்காத்துக் கொள்ளவும் எப்போது வேண்டுமானாலும் 100 என்ற அவசர காவல் உதவி எண்ணை அழைக்கலாம்.

WHEN SHOULD YOU CALL 100? WHO CAN CALL 100?

The emergency police helpline 100 should be used whenever an unexpected incident, emergency, or law and order problem occurs. It is not necessary that only the victim should call 100. Anyone who witnesses a disturbance, violence, or any emergency situation can contact the police.

Similarly, if the affected person is unable or afraid to make the complaint, any third person who is aware of the incident may call 100 and report the matter.

On several occasions, when people known to me were hesitant or frightened to contact the police, I have personally called 100 and provided details such as the location of the incident and contact information, even though I was not physically present at the scene.

In such instances, the police personnel attending the 100 emergency service responded promptly and took immediate action to resolve the issue.

Whether someone comes to your house and creates trouble, harasses you in public, threatens or intimidates you over financial matters, or any other emergency situation arises, you may call the Police Emergency Helpline 100 at any time for immediate assistance and protection.

காவலன் செயலி மற்றும் 100 அவசர காவல் உதவி எண்

அவசர காலங்களில் பெரியவர்கள் மட்டுமல்ல, குழந்தைகளும் காவலன் (Kavalan) செயலி மற்றும் 100 என்ற அவசர காவல் உதவி எண்ணை தயக்கமின்றி பயன்படுத்தலாம். உயிருக்கு ஆபத்து, பாலியல் தொல்லை, கடத்தல் முயற்சி, மிரட்டல், வீட்டினுள் அல்லது வெளியே ஏற்படும் அவசர நிலை, தனியாக சிக்கிக் கொள்வது போன்ற எந்தவொரு ஆபத்தான சூழ்நிலையிலும் உடனடியாக 100 ஐ அழைக்கலாம் அல்லது காவலன் செயலி மூலம் உதவி கோரலாம்.

அவசர தகவல் கிடைத்தவுடன் காவல்துறையினர் உடனடியாக நடவடிக்கை எடுத்து, சம்பவ இடத்திற்கு விரைந்து சென்று தேவையான பாதுகாப்பு மற்றும் உதவிகளை வழங்குவார்கள். ஒவ்வொரு குழந்தையும் இந்த அவசர உதவி வசதிகளை அறிந்து வைத்திருப்பது அவர்களின் பாதுகாப்பிற்கு மிகவும் அவசியமானதாகும்.

KAVALAN APP AND POLICE EMERGENCY HELPLINE 100

In emergency situations, not only adults but also children can confidently use the Kavalan App and the Police Emergency Helpline 100. If a child faces danger, sexual harassment, an attempted kidnapping, threats, abuse, or any emergency at home or in a public place, they should immediately call 100 or seek help through the Kavalan App.

Once the emergency information is received, the police will respond promptly, reach the location as quickly as possible, and provide the necessary protection and assistance. Every child should be aware of these emergency services, as knowing how to seek immediate help can play a vital role in ensuring their safety.

முடிவுரை

இந்த நூலின் நோக்கம் யாரையும் குற்றவாளியாக சித்தரிப்பது அல்ல. குழந்தைகளை பாதுகாப்பதும், பெற்றோர்கள், ஆசிரியர்கள், பயிற்சியாளர்கள், வழக்கறிஞர்கள், காவல்துறையினர் மற்றும் பொதுமக்களிடையே சட்ட விழிப்புணர்வை ஏற்படுத்துவதும்தான் இதன் பிரதான நோக்கமாகும்.

ஒவ்வொரு குழந்தையும் பாதுகாப்பாகவும், மரியாதையுடனும், அச்சமின்றியும் வளரக்கூடிய சமூகத்தை உருவாக்குவது நம் அனைவரின் பொறுப்பாகும்.

"ஒரு குழந்தையை பாதுகாப்பது ஒரு குடும்பத்தின் கடமை மட்டுமல்ல; அது ஒரு நாட்டின் எதிர்காலத்தை பாதுகாப்பதாகும்."

வி.ர.சதீஷ்குமரன், M.A., B.L.
வழக்கறிஞர்
சட்ட விழிப்புணர்வு எழுத்தாளர்

CONCLUSION

The purpose of this book is not to portray anyone as guilty. Its objective is to promote legal awareness and to educate parents, teachers, coaches, advocates, police officers and members of the public about child protection and the law.

Every child deserves to grow in an environment of safety, dignity and freedom from fear. Protecting children is not merely a legal obligation but a collective social responsibility.

"Protecting a child is not only the responsibility of a family; it is an investment in the future of a nation."

With Best Wishes,
V. R. Sathishkumaran, M.A., B.L.
Advocate
Legal Awareness Author

அவசர உதவி எண்கள்
100
அவசர காவல் உதவி எண்
24x7 - உடனடி காவல் உதவி
KAVALAN APP
பதிவிறக்கம் செய்து உதவி பெறுங்கள்
சட்டகிராமஇயக்கம்
உங்கள் பாதுகாப்பு... எங்கள் பொறுப்பு...
அவசர நேரத்தில் தயங்காமல் அழையுங்கள்
அவசர உதவி எண்கள் (தமிழ்நாடு)
மொத்த அவசர காவல் உதவி 112
காவல் துறை 100
ஆம்புலன்ஸ் 108
தீயணைப்பு 101
பெண்கள் உதவி 181
குழந்தைகள் உதவி 1098
மகளிர் உதவி (Women Helpline) 1091
மருத்துவம் & சுகாதாரம்
சுகாதார உதவி 104
தேசிய நெடுஞ்சாலை ஆம்புலன்ஸ் 14567
மனநலம் உதவி 14416
எய்ட்ஸ் உதவி 1097
சட்ட உதவி
சட்ட உதவி 1516
மகளிர் பாதுகாப்பு புகார் 1915
ஊழல் புகார் 1064
மின்சாரம் & குடிநீர்
மின்சார புகார் 1912
தண்ணீர் விநியோகம் 1916
போக்குவரத்து
தேசிய நெடுஞ்சாலை உதவி 1033
சாலை விபத்து உதவி 1073
விவசாயிகள்
விவசாயிகள் உதவி 1551
சமூக பாதுகாப்பு
SC/ST உதவி 14566
மாற்றுத்திறனாளிகள் உதவி 1800-599-0019
100 & KAVALAN APP - உங்கள் பாதுகாப்பு கவசம்
அவசர நேரங்களில்
குழந்தைகளும் அழைக்கலாம்!
பயம், தொல்லை, கடத்தல் முயற்சி, மிரட்டல், விபத்து அல்லது எந்தவொரு ஆபத்தான சூழலிலும் உடனே 100-ஐ அழைக்கலாம் அல்லது காவலன் APP மூலம் உதவி கோரலாம்.
100
அவசர காவல் உதவி எண்
24 மணி நேரமும் உங்கள் சேவைக்காக
KAVALAN APP
உதவி ஒரு தொடுதலில்
உங்கள் அழைப்பு உங்கள் பாதுகாப்பை உறுதி செய்கிறது
உடனடி நடவடிக்கை எடுத்து காவல்துறை உங்களுக்கு பாதுகாப்பும் உதவியும் வழங்கும்.
பின்தொடரல்
தொல்லை
கடத்தல் முயற்சி
மிரட்டல்
விபத்து
தீ / அவசரம்
குடும்ப பிரச்சனை
தயங்காதீர்! தாமதத்திற்கு விலையில்லை - உடனே அழையுங்கள்!
சட்ட விழிப்புணர்வு கிராம இயக்கம்
சென்னை 64

5 நொடியில் காவல் உதவி "KAVALAN SOS" APP

தமிழ்நாடு காவல்துறையின் "KAVALAN SOS" என்கிற APP ஐ கூகிள் PLAY STORE இல் இருந்து ஆண்டிராய்டு மற்றும் ஐபோன் மூலம் பதிவிறக்கம் செய்து அதில் கேட்கும் தகவல்களை உள்ளீடு செய்து வைத்துக்கொண்டால் பெண்கள், பெரியவர்கள் என யாருக்கு அவசர உதவி தேவை படினும் அந்த APP ஐ ஓபன் செய்தவுடன் அதில் சிகப்பு நிறத்துடன் SOS என்று காட்டும் பட்டனை தொட்ட அடுத்த 5 வினாடியில் இருந்து மாநில காவல் கட்டுப்பாட்டு அறையின் மூலம் உள்ளூர் மற்றும் அருகிலுள்ள காவல்துறை PATROL வாகனம், காவல்நிலையம் என அனைவருக்கும் உடனடியாக GPS மற்றும் இதர வகைகளில் தகவல்கள் தெரிவிக்க பட்டு அந்த இடத்திற்கு காவல்துறை உதவி மற்றும் பாதுகாப்பு உடனடியாக கிடைத்து விடும். இந்த app ஐ டவுன்லோட் செய்த பிறகு பெயர், முகவரி,பிறந்த தேதி,பாலினம், செல்போன் எண், எந்த மாவட்டம், மற்றும் மெயில் id உள்ளிட்ட தகவல்களை கேட்கும் இவையெல்லாம் நாம் மற்ற app கள் பயன்படுத்த நாம் தரும் தகவல்களே.இந்த தகவல்களை உள்ளீடு செய்த பிறகு (ONE TIME PASSWORD) OTP கேட்கும் அதை பதிவிட்டவுடன். நம் உறவினர் மற்றும் நண்பர்கள் என யாராவது 3 பேரின் செல்போன் எண், பெயர், உறவுமுறை என்கிற மூன்று

தகவல்களை உள்ளீடு செய்து விட்டால் போதும் இந்த app நாம் பயன்படுத்த முழுமையாக தயாராகிவிடும்.பின்னர் இந்த app இன் உள்ளே எப்போது நுழைந்தாலும் நமக்கு அவசர தேவையெனில் SOS சிகப்பு பட்டனை அழுத்திய அடுத்த 5 நொடியில் காவல் பாதுகாப்பு கிடைக்க ஆரம்பித்து விடும்.

APP இன் நன்மை :

இந்த app இன் நன்மை என்னவெனில் பெண்கள் அல்லது பெரியவர்கள் கடத்த படும் போது அல்லது பின்தொடரப்படும் போது, இல்லை ஏதாவது அவசர உதவி தேவை படும் போது SOS பட்டனை அழுத்தியவுடனே நாம் தமிழ்நாட்டின் எந்த பகுதிக்குள்ளிருந்தும் பாதுகாப்பு சேவைகளை பெற்றிட முடியும். நாம் சட்டத்துக்கு புறம்பான தடுப்பு காவலில் வைக்கப்படும் போது நாம் இருக்கும் முகவரி, மாவட்டம்

முகவரி உள்ளிட்டவைகளை தெரிந்து வைத்திருக்க முடியாது, ஆகவே LOCATION , மற்றும் GPS மூலம் தகவல்கள் உடனடியாக காவல்துறைக்கு கொடுக்கப்பட்டு பாதுகாப்பு உடனடியாக கிடைக்க பெறும்.இந்த பாதுகாப்பு சேவையை பெற இன்டர்நெட் வசதி நிட்சயமாக இருக்க வேண்டும். இந்தியா முழுவதும் நமக்கு சேவை கிடைக்க பெற வேண்டுமெனில் மத்திய பெண்கள் மற்றும் குழந்தைகள் நல அமைச்சகத்தின் பெண்கள் பாதுகாப்பு சேவை எண்ணான 181 ஐ தொடர்பு கொண்டால் பாதுகாப்பு ஆலோசனைகள் மற்றும் காவல்துறை சேவை வழங்கப்படும்.

போக்சோ சட்டம், 2012 – காவல்துறையின் கடமைகள் (பிரிவு வாரியாக)
POCSO Act, 2012 – Duties of Police (Section-wise)
POCSO
PROTECT CHILDREN PROTECT FUTURE
1 தகவல் கிடைத்தவுடன் FIR பதிவு
(பிரிவு 19)
Registration of FIR (Section 19)
24/7
Information must be recorded immediately
FIR
தகவலை எழுத்தில் பதிவு செய்ய வேண்டும், வாசித்து காட்டி, நகல் இலவசமாக வழங்க வேண்டும்.
Information must be written down, read over to the informant and a free copy must be provided.
2 குழந்தை நட்பு முறையில் வாக்குமூலம் பதிவு
(பிரிவு 24)
Child-friendly Recording of Statement (Section 24)
You can speak freely. We are here to help you.
Record in a language understood by the child, in a comfortable environment, preferably by a woman officer in plain clothes.
3 மொழிபெயர்ப்பாளர் / நிபுணர் உதவி
(பிரிவு 26)
Assistance of Interpreter / Expert (Section 26)
தேவையானால் மொழிபெயர்ப்பாளர், சிறப்பு ஆசிரியர் அல்லது மற்ற நிபுணர்களின் உதவி பெற வேண்டும்.
Take assistance of interpreter, special educator or other experts when required. Ensure support for children with disabilities.
4 மருத்துவ உதவி மற்றும் பரிசோதனை
(பிரிவு 27)
Medical Examination and Care (Section 27)
Provide immediate medical care and examination
Conduct medical examination with dignity and privacy of the child.
5 குழந்தையின் பாதுகாப்பு மற்றும் பராமரிப்பு
(விதி 4 & 6)
Care, Protection and Support (Rule 4 & 6)
ஆதரவு நபர் Support Person
குழந்தைகள் நலக்குழு (CWC) Child Welfare Committee
மருத்துவ உதவி Medical Care
சட்ட உதவி Legal Aid
Ensure safe environmenin, medical care, legal aid and psychological support.
6 நீதிமன்றத்தில் ஒத்துழைப்பு
(பிரிவு 33)
Cooperation with Special Court (Section 33)
Ensure the identity, dignity and safety of the child are protected during judicial proceedings.
7 விசாரணையை காலதாமதமின்றி முடித்தல்
(பிரிவு 35)
Timely Investigation (Section 35)
Complete without unnecessary delay
Collect and preserve evidence properly and file the charge sheet within the period prescribed by law.
8 சட்ட உதவி மற்றும் உரிமைகள் விளக்கம்
(பிரிவு 40)
Legal Aid and Rights Information (Section 40)
Inform the child and family about their right to free legal aid.
9 தகவல் மறைவு மற்றும் அடையாள பாதுகாப்பு
(பிரிவு 23)
Protection of Identity (Section 23)
NEWS
குழந்தையின் பெயர், புகைப்படம், அடையாளம் வெளியிடக்கூடாது
Do not disclose the name, photo or identity of the child
10 ஆதாரங்களை சேகரித்து பாதுகாத்தல்
(பிரிவு 27, BNSS)
Collection and Preservation of Evidence (Sec. 27, BNSS)
EVIDENCE
Seize and preserve physical, documentary and electronic evidence as per law.
11 பாதிக்கப்பட்ட குழந்தைக்கு மரியாதை மற்றும் அன்பான அணுகுமுறை
Respect and Compassion Towards the Child
Treat the child with respect and compassion. Create a fear-free and supportive environment.
12 அறிக்கை மற்றும் பதிவுகள் பராமரிப்பு
(BNSS & POCSO Rules)
Documentation and Record Maintenance (BNSS & POCSO Rules)
FIR
STATEMENT
EVIDENCE
CHARGE SHEET
Maintain all records accurately and completely
குழந்தையின் பாதுகாப்பே – நம் கடமை | குழந்தையின் நீதி – நம் பொறுப்பு
Protection of Child is Our Duty | Justice for Child is Our Responsibility

தேசத்தின் பெருமை

உலக அரங்கில் இந்தியாவின் மரியாதையை மிக உயர்ந்த உச்சிக்குக் கொண்டு சென்ற மாபெரும் தலைவரும், தொலைநோக்குப் பார்வை கொண்ட அரசியல் முன்னோடியுமான நமது இந்திய நாட்டின் பாரத பிரதமர் **நரேந்திர மோடி** அவர்கள், நாட்டின் நலன், பாதுகாப்பு, இறையாண்மை பேணல், சுயசார்பு மற்றும் நிலையான வளர்ச்சி ஆகியவற்றை தனது அரசாட்சியின் உறுதியான அடித்தளக் கற்களாக நிறுவியுள்ளார்.

பணமதிப்பிழப்பு (Demonetization), சரக்கு மற்றும் சேவை வரி (GST) அமலாக்கம், தேசிய பாதுகாப்பு தொடர்பான ஆபரேசன் சிந்தூர் போன்ற தைரியமான மற்றும் வரலாற்றுச் சிறப்பு மிக்க நடவடிக்கைகள் போன்ற பல முக்கிய முடிவுகள், அரசியல் லாபத்திற்காக எடுக்கப்பட்டவை அல்ல; மாறாக, அரசியல் சூழ்ச்சிகளையும் குறுகிய நோக்கம் கொண்டோர் செய்யும் மலிவான அரசியலை புறந்தள்ளி, இந்தியாவின் நீண்டகால ஸ்திரத்தன்மை, பொருளாதார வலிமை மற்றும் தேசிய முன்னேற்றத்தை உறுதி செய்துள்ளார். இவர் எடுத்த முடிவுகள் எதிர்ப்புகளை உருவாக்கும், வாக்கு இழப்பை ஏற்படுத்தும் என்பதை அறிந்திருந்தும், நாட்டின் நலனையே முதன்மையாகக் கொண்டு துணிச்சலுடன் செயல்பட்ட தலைமைத்துவம் என்பது உறுதியான தேசப்பற்று மற்றும் நேர்மையின் உன்னத எடுத்துக்காட்டாக உலக நாடுகளையே வியக்கச் செய்துள்ளது. பொதுமக்கள் - குறிப்பாக ஏழை, எளிய மற்றும் பாதிக்கப்பட்ட மக்களுக்கு எட்டாக்கனியாக இருந்த நீதியை எளிதில் அணுகக்கூடிய வகையில் புதியதாக கொண்டுவரப்பட்டுள்ள BNSS, BNS உள்ளிட்ட குற்றவியல் சட்டங்கள், இந்திய நீதித்துறையில் புதிய மாற்றத்தின் அடையாளமாக உருவெடுத்துள்ளன. இச்சட்டங்கள் மூலம் விரைவான வழக்கு விசாரணை, பாதிக்கப்பட்டோருக்கு மேம்பட்ட பாதுகாப்பு, தாமதமில்லா தீர்ப்பு, குற்றங்களின் கட்டுப்பாடு மற்றும் சட்டத்தின் மீது மக்களின் நம்பிக்கை ஆகியவை நாளுக்கு நாள் வலுப்பெற்று வருகின்றன. இது, இந்தியாவை வல்லரசாக உருவாக்கும் பாதையில் முன்னேற்றி வரும் வரலாற்றுப் பயணத்தின் முக்கியமான கட்டமாக திகழ்கிறது. மக்களின் இதயங்களில், இறைவனுக்குப் பின் இடம் பெற்ற தலைவராக திகழும் மோடிஜி அவர்கள் இந்தியாவின் வரலாற்றில் அழியாத தடம் பதித்துள்ளார், அவரின் அர்ப்பணிப்பு, அசைக்க முடியாத மனவலம், துணிவு மற்றும் தன்னலமற்ற சேவைக்கு, மக்கள் சார்பாக இதயம் கனிந்த மரியாதையையும், எண்ணிலடங்கா நன்றிகளையும் நம் நாட்டின் ஒவ்வொரு குடிமகனும் தெரிவிக்க வேண்டியது நமது கடமை.

வழக்கறிஞர் வி.ர.சதீஷ்குமரன், M.A.,B.L., P.G.D.B.L.
சிட்லபாக்கம், சென்னை - 64

THE PRIDE OF THE NATION

I love India, Super power India. The Hon'ble Prime Minister of India, **NARENDRA MODI JI** is a towering leader who has elevated India's stature to unprecedented heights on the global stage and a visionary statesman with far-reaching foresight whose governance has firmly established national welfare, security, sovereignty, self-reliance, and sustainable development as the foundational pillars of a resurgent India.

Historic and courageous decisions such as Demonetization, the implementation of the Goods and Services Tax (GST), and decisive measures concerning national security (Operation Sindhoor) were not undertaken for political gain. Rather, setting aside narrow political considerations and divisive rhetoric, these bold initiatives were driven by a long-term vision to ensure India's stability, economic strength, and national progress. Even with the awareness that such transformative decisions might invite opposition and electoral setbacks, your steadfast leadership placed the nation's interests above all else an enduring testament to patriotism, integrity, and moral conviction that has drawn admiration from countries around the world.

Furthermore, the introduction of new criminal laws, including the BNSS and BNS, has marked a significant reform in India's justice system, making legal remedies more accessible especially for the poor, the marginalized, and the vulnerable, for whom justice once seemed distant. These reforms aim to ensure faster investigations, timely trials, enhanced protection for victims, reduction in crime, and a strengthening of public trust in the rule of law. They represent an important milestone in India's ongoing journey toward becoming a global power.

In the hearts of millions, revered next only to the Almighty, Modi Ji has etched an indelible mark in India's history. For his unwavering dedication, indomitable willpower, courage, and selfless service to the nation, it is the solemn duty of every citizen of our country to express heartfelt respect and immeasurable gratitude.

Author V. R. SATHISH KUMARAN
M.A.,B.L., P.G.D.B.L.
Chitlapakkam, Ch-64.

1. காவல் கட்டுப்பாட்டு அறை 100
2. பிளாக் மெயில் சைபர் க்ரைம் பாகம் 1 ISBN-9798888497609
3. சிவில் பிரச்சனையில் போலீஸ் தலையீடு கூடாவே கூடாது ஏன்?
4. மோட்டார் வாகன விபத்து இழப்பு கோருரிமை வழக்கு மற்றும் சாலை பாதுகாப்பு பாகம் 1 ISBN-9798888331736
5. சட்டத்தை கையில் எடுங்கள் ISBN-9798888491744
6. வங்கிக்கு சாதகமான சட்டம் வீ(வி)டு ISBN-9798888493267
7. குற்றம் ஆர்கனைஸ்டு, டிஜிட்டல் க்ரைம்ஸ் ISBN-9798889519232
8. ஆலோசனைகள், புகார்கள் அரசின் பதில்கள் ISBN-9798889235330
9. உள்ளாட்சி தேர்தல் சட்டம் ISBN-9781647838287
10. கந்து வட்டியாகும் வங்கி வட்டி 1 ISBN-9798887179391
11. நீர்நிலை வழக்கு அரசு Vs மக்கள் சட்ட திருத்தமும், தீர்வும் ISBN-9798887490809
12. ஆன்லைன் அரசு சேவைகள் ISBN-9781647330958
13. பிரதமர், முதல்வர் பிரிவு சமூக சேவைக்கு ISBN-9781647334901
14. குண்டர் சட்ட விழிப்புணர்வு (திருட்டும் குண்டர் சட்டத்தில் வரும்) பாகம் 1 ISBN-9798888334096
15. காவல் நிலையம் ISBN-9798886673609
16. சட்ட பாடம் ISBN-9798886418040
17. சட்டத்திற்கு சாட்சியே முக்கியம் பாகம் 1 ISBN-9798889233039
18. வாரிசு சான்றிதழ் மற்றும் ஆவணப் பராமரிப்பு ISBN-9798886670714
19. வீடு நிலம், கிரையம் சட்டக் கருத்துரை ISBN-9798889094135
20. தொலைந்த ஆவணங்கள்? ஆவணப் பராமரிப்பு
21. தொடரும் நகர்புரா வாகன், செல்ஃபோன் திருட்டுக்கள், செயின் பறிப்பு தீர்வு
22. பெண்கள் பாதுகாப்பு 99% உறுதி செய்யும் நூல் 2019 பாகம் 1 ISBN-9781646783199
23. முன்னேற்ற பாதைக்கு நற்போதனைகள் பாகம் 2 ISBN-9798886674309
24. தகவல் களஞ்சியம்
25. செல்ஃபோன் ஆபத்து ISBN-9781647331290
26. குடும்ப வன்முறை புகார்கள், விவாகரத்து வழக்குகள் தீர்பு, தீர்வு, ஆலோசனை பாகம் 1 ISBN-9798888834336
27. முன்னேற்ற பாதைக்கு நற்போதனைகள் பாகம் 3
28. சட்ட விழிப்புணர்வு கிராமம் பாகம் 1 ISBN-9798902960515
29. பெண்கள் பாதுகாப்பு பாகம் 2 ISBN-9798903192397

ISBN எண் (International Standard Book Number) என்பது ஒரு புத்தகத்திற்கான தனிப்பட்ட அடையாள எண் ஆகும். உலகம் முழுவதும் வெளியிடப்படும் ஒவ்வொரு புத்தகத்தையும் தனித்தனியாக அடையாளம் காண இந்த எண் பயன்படுத்தப்படுகிறது. கீழே கொடுக்கப்பட்டுள்ள ISBN எண்களை Amazon, Flipkart, Notion Press போன்ற இணையதளங்களில் தேடினால், தொடர்புடைய நூல்களை எளிதாக கண்டுபிடித்து வாங்கி படிக்கலாம்."

1
2
CIVIL
3
4
5
உள்ளாட்சி, தேர்தல் சட்டம்
ELECTION
6
7
8
9
கந்துவட்டியாகும் வங்கி வட்டி
10
ஆன்லைன் அரசு சேவைகள்
பிரதமர் முதல்வர் பிரிவு சமூக சேவைகள்
காவல் நிலையம்
11
12
13
14
15

சட்ட பாடம்
16
17
18
19
F.I.R
20
21
பெண்கள் பாதுகாப்பை 99% உறுதி செய்யும் நூல்
22
23
தகவல் களஞ்சியம்
24
செல்போன் ஆபத்து!
25
26
27
28
29
மாண்புமிகு
சிட்லபாக்கம் ச.இராசேந்திரன்
B.A.B.L. Ex. MP.,
தென்சென்னை முன்னாள்
பாராளுமன்ற உறுப்பினர்

www.ingramcontent.com/pod-product-compliance
Lightning Source LLC
LaVergne TN
LVHW100316210926
848480LV00003B/1149
9798905846144